MW01535512

આઇ એમ શ્યૉર

નીલમ દોશી

ગૂર્જર ગ્રંથરત્ન કાર્યાલય

અમદાવાદ - 380001

■ કિંમત : ₹ 125 ■ આવૃત્તિ : પ્રથમ, 2014

I AM SURE

A Collection of stories by Nilam Doshi

Published by Goorjar Granth Ratna Karyalay

Ratanpolenaka, Gandhi Road, Ahmedabad - 380001

© નીલમ દોશી

પૃષ્ઠ : 10 + 166 = 176

ISBN : 978-93-5162-110-2

પ્રકાશક : ગૂર્જર ગ્રંથરત્ન કાર્યાલય

અમરભાઈ ઠાકોરલાલ શાહ : રતનપોળનાકા સામે, ગાંધી માર્ગ, અમદાવાદ-1

ફોન : 22144663 ઇમેલ : goorjar@yahoo.com

ટાઇપ-સેટિંગ : પ્રસંગ પ્રિન્ટવિઝન

1, વાત્સલ્ય કૉમ્પ્લેક્સ, સોમનાથનગર બસસ્ટેન્ડ પાસે, સંઘવી હાઈસ્કૂલ પાસે,

નારણપુરા, અમદાવાદ - 380013 ફોન : 079-27497195

મુદ્રક : ભગવતી ઑફસેટ

સી/16, બંસીધર એસ્ટેટ, બારડોલપુરા, અમદાવાદ - 380004

પતંગિયું પોતાની આવરદા મહિનાઓમાં નહીં,
ક્ષણોમાં સમાવી દે છે અને છતાંય તેને સમયનો તોટો નથી.
('તણખલાં' રવીન્દ્રનાથનાં મૌક્તિકોમાંથી,
અનુવાદ : શ્રી જયંત મેઘાણી)

અર્પણ

મારા અતિ પ્રિય સર્જકો
સુશ્રી હિમાંશીબહેન શેલત અને
સુશ્રી અરુણાબહેન જાડેજાને સ્નેહાદરપૂર્વક

વાત બીજા વાર્તાસંગ્રહની

જ્યારે મારો પહેલો વાર્તાસંગ્રહ 'અંતિમ પ્રકરણ' પ્રકાશિત થયો ત્યારે મનમાં યાદ ઊભરી હતી મારી પહેલી વાર્તાની... આજે જ્યારે બીજો વાર્તાસંગ્રહ પ્રકાશિત થવા જઈ રહ્યો છે ત્યારે સ્મરણ થાય છે પહેલી વાર્તાનું નહીં પણ પહેલાં વાર્તા-સંગ્રહ 'અંતિમ પ્રકરણ'નું. એ સંગ્રહ ગુજરાતી સાહિત્ય પરિષદ દ્વારા પુરસ્કૃત થઈ ચૂક્યો છે. આ ક્ષણે એ સમયખંડને આનંદ સાથે સ્મરું છું.

પહેલા વાર્તાસંગ્રહ દરમિયાન હિમાંશીબહેન શેલતે કહેલા શબ્દો યાદ રાખીને આજે પણ કોઈને પ્રસ્તાવના માટે નથી કહ્યું. હિમાંશીબહેનના શબ્દોમાં કહું તો પરોક્ષ રીતે કોઈનો ટેકો નથી માગ્યો. ફક્ત મારા શબ્દો પર, મારી નિષ્ઠા પર વિશ્વાસ રાખ્યો છે. જે કહેવાનું છે એ આ વાર્તાઓ જ કહે એ વધારે ઉચિત કહેવાય એવી શ્રદ્ધા અને સમજણ સાથે આ બીજો વાર્તાસંગ્રહ લઈને આવી છું.

હા, આ સંગ્રહ માટે શ્રી વિષ્ણુભાઈ પંડ્યા, અરુણાબહેન જાડેજા, તરુણભાઈ દત્તાણીનો આવકાર સ્નેહપૂર્વક મળ્યો છે, પરંતુ એને પ્રસ્તાવના નહીં કહું. એ તો સ્નેહનો લાગો જ કહી શકાય.

છેલ્લા પેજ પરના લખાણ અંગે એક સ્પષ્ટતા...

સાલ 2011ના ડિસેમ્બર મહિનામાં 'પરબ' સામયિકમાં પ્રકાશિત થયેલી 'આઈ ઍમ શ્યૉર' વાર્તા વાંચીને એને પોંખતી અરુણાબહેન જાડેજાની એક મેઇલ બીજે જ દિવસે 1-1-12ના રોજ મારા પર આવેલી. મળતાવડાં છતાંયે અંતર્મુખ અને પ્રસિદ્ધિપરાંગમુખ અરુણાબહેનને આવું કંઈ લખી આપો એમ હું કહું તો એ ઝટ લખી આપવા તૈયાર ન થાય. તેથી એમની મેઇલનો થોડો અંશ તેમની પરવાનગીથી પાછલા ટાઇટલ પેજ પર મૂકવા હું પ્રેરાઈ છું.

મારા પહેલાં વાર્તાસંગ્રહ, અંતિમ પ્રકરણને વાચકોનો હૂંફાળો પ્રતિસાદ અને આવકાર મળ્યો છે એ જ રીતે આ પુસ્તકને પણ આપના તરફથી આવકાર મળશે જ એનો વિશ્વાસ છે. આ બધી જ વાર્તાઓ 'નવનીત સમર્પણ', 'શબ્દસૃષ્ટિ', 'પરબ', 'અખંડ આનંદ', 'બુદ્ધિપ્રકાશ', 'મમતા', 'છાલક' વગેરે જેવાં સામયિકોમાં પ્રકાશિત થઈ ચૂકી છે એ દરેક સંપાદકોનો આભાર માનું છું દિલ સે...

આ વાર્તાસંગ્રહમાંની વાર્તા 'આઇ ઍમ શ્યૉર'નો શ્રી જનક નાયકે ગુજરાત મિત્રની તેમની કૉલમમાં સુંદર આસ્વાદ કરાવેલો. જનકભાઈ આભાર.

જીવનસાથી અને મિત્ર હરીશ અને મારાં બાળકો, પૂજા, હાર્દિક, જીતેન અને ગતિ અને નાનકડી જિયાને કેમ વિસરાય ? એ સૌ વિના તો હું સાવ અધૂરી...

અનેક મિત્રોનો સ્નેહભર્યો સથવારો તો હંમેશનો જ ને ? એમનો કંઈ દરેક વખતે શબ્દોમાં આભાર થોડો જ હોય ? એમનો સ્નેહ અંતરની છીપમાં અકબંધ છે જ.

આ સાથે એક સમયના મારા ફ્રેન્ડ, ફિલોસૉફર અને ગાઇડ એવા શ્રી પ્રબોધભાઈ જોશી (ઉદ્દેશ)નું પુણ્ય સ્મરણ મારી આંખ અને અંતરને અનાયાસે ભીનાં બનાવે છે.

ગૂર્જર પ્રકાશનના શ્રી મનુભાઈ શાહનો એક ઉમદા માણસ તરીકે જે પરિચય પામી છું, એમને સલામ સાથે સ્મરું છું. ગૂર્જર પ્રકાશનના જ શ્રી રોહિત શાહનો પણ ખૂબ-ખૂબ આભાર.

વાચકોના પ્રતિસાદની અપેક્ષા તો હંમેશાંની જ ! એમના સ્નેહ સિવાય તો કોઈ પણ સર્જક હંમેશાં અધૂરો જ ને ? એમના સ્નેહને સલામ સાથે આ સંગ્રહને વાચકોની કૉર્ટમાં મૂકતાં આનંદ અનુભવું છું. ભાવકોના તથાસ્તુની અપેક્ષા તો સહજ જ ગણાય ને !

- નીલમ હરીશ દોશી

nilamhdoshi@gmail. com **|** M. 94277 97524

http://paramujas. wordpress. com

આવકાર

નીલમ દોશીની કલમથી હવે ગુજરાતી વાચક અપરિચિત નથી. તેમના લેખો, વાર્તાઓ, પુસ્તકો અન્ય ભાષામાં (સંસ્કૃતમાં પણ !) પ્રકાશિત થયાં છે. નવલિકા, નવલકથા, નિબંધ, લઘુ અને હાસ્યકથાઓ તેમણે લખી છે. વિવિધ સામયિકોમાં તેમની કૉલમ (સ્તંભ) આવે છે. ને તે વાંચનારો મોટો વર્ગ છે. હવે તેમાં બીજાં બે પુસ્તકોનું ઉમેરણ થઈ રહ્યું છે. 'દીકરો વહાલનું આસમાન'માં દીકરાને ઉદ્દેશીને લખાયેલા પત્રો છે જે એક માની સંવેદના અને સાંપ્રત સમયની સમસ્યાઓ અને પ્રવાહોનું આલેખન કરતું પુસ્તક છે, બીજો નવલિકા સંગ્રહ 'આઇ ઍમ શ્યૉર' છે.

આ બન્ને પુસ્તકોમાં જીવનસમસ્યા અને જીવન-માંગલ્યનો અંદાજ છે. લેખિકા પાસે શબ્દોની માવજત છે, સહજ-સરળ અને રસપ્રદ શૈલીથી જિંદગીનાં અનેક સ્વરૂપોને આવરી લે છે. આ તો આપણો પોતાનોય અનુભવ છે કે મનુષ્યના ચિત્તમાં અનેક ક્રિયા-પ્રતિક્રિયા પડી હોય છે, ને તેની ભુલભુલામણીમાંથી પસાર થવાની તેની નિયતિ છે. તેનાં સુખ-દુ:ખ, પીડા, પરાક્રમ અને પુરુષાર્થમાં જે સંવેદના પડી છે, તેને શબ્દસ્થ કરવાની લેખિકાની મથામણ છે ને તેમાં ઘણી કૃતિઓમાં તે સફળ થયાં છે.

જ્ઞાનધૂની ઓલિયા ખલિલ જિબ્રાને કહ્યું હતું : 'આ તમારી વેદના કે પીડા એ શું છે ? જ્યારે તમારી સમજણશક્તિ કે લાગણી જડ થઈ જાય છે ત્યારે તેના આવરણને દૂર કરવા માટે એક ઈશ્વરીય બક્ષિશ તમને મળી છે તે છે તમારી વેદના !' અહીં ઊંડી પીડાને પલોટવા માટે લેખિકા જીવનના અઘરા અને સહેલા પ્રમેયને ઉકેલવાના પ્રયાસો કરતાં હોય તેવું લાગે. તેના સુંદર પરિણામ તરીકે આ બન્ને પુસ્તકો પ્રસ્તુત કરી શકાય તેવાં છે. ગુજરાતી લેખનક્ષેત્રે મહિલા કલમ પ્રકાશિત થવા લગી છે તેમાં લેખિકાનુંયે નિશ્ચિત સ્થાન છે.

અભિનંદન, શુભેચ્છાઓ અને સ્વાગતમ !

- વિષ્ણુ પંડ્યા

વાસ્તવદર્શી કથાસાહિત્યનાં તેજસ્વી મહિલા સર્જક

તાજેતરનાં વરસોમાં ગુજરાતી સાહિત્યમાં ખાસ કરીને કથાસાહિત્યમાં નવોન્મેષનો જે અભાવ વર્તાતો હતો. અને કથાબીજથી માંડીને કથાના પિંડને આકાર આપવા તેમ જ કથાના પ્રસ્તુતિકરણની શૈલીમાં લગભગ સ્થગિતતાના માહોલમાં નીલમબહેન સહિત ઘણી લેખિકાઓએ આશાનો સંચાર કર્યો છે. નીલમબહેને તેમની કૃતિઓ દ્વારા લેખનના પ્રારંભથી જ અને બહુ ટૂંકા ગાળામાં પોતાંનું એક ચોક્કસ સ્થાન સ્થાપિત કર્યું છે. નિબંધ, નવલકથા, લઘુકથા કે નવલિકામાં વિહરતી તેમની કલમ વાચક અને ભાવકને માત્ર જકડી ન રાખતાં તેમને નવા ભાવપ્રદેશમાં ખેંચી જાય છે. નીલમબહેનની કથાઓ વાસ્તવદર્શી લાગે છે, કેમ કે તેમની કથાનાં પાત્રો આપણી અસપાસ જિવાતા જીવનમાંથી આવે છે. એટલે જ ક્યારેક તો જાણે નીલમબહેનની કથાના માધ્યમથી આપણે જ આપણી નિકટના કોઈ પાત્ર સાથે સંવાદ કે સાહચર્ય કેળવતા હોઈએ તેવું અનુભવાય છે. અને એ જ નીલમબહેનની સિદ્ધિ છે. તેમની કથાઓમાં ભાષાનો ખોટો આડંબર નથી એ તેમની કથાકૃતિઓનું વૈશિષ્ટ્ય બની રહે છે. સમાજના જે વર્ગોમાંથી તેમનાં પાત્રો આવે છે તેમને અભિવ્યક્તિ અને ઘટનાતત્ત્વને વાસ્તવદર્શી બનવવા માટે પણ શૈલીની આ સાદાઈ અને સરળતા આવશ્યક છે. નીલમબહેનને એ શૈલી સહજ સુલભ છે. એટલે જ તેમની કથા અને લઘુકથાનો ધારાપ્રવાહ એકસરખા વેગથી આગળ વધે છે. તેમની પ્રારંભિક કૃતિઓઓથી જ નીલમબહેને ઘણી આશા-અપેક્ષાઓ જન્માવી છે. અને નીલમબહેન એ અપેક્ષામાં આપણને નિરાશ નહીં જ કરે એવું વિશ્વાસપૂર્વક કહેવામાં કોઈ અતિશયોક્તિ નથી.

- **તરુણ દત્તાણી**, સહતંત્રી, લોકસત્તા - જનસત્તા

અનુક્રમ

8

આઇ એમ શ્યોર

નીલમ દોશી

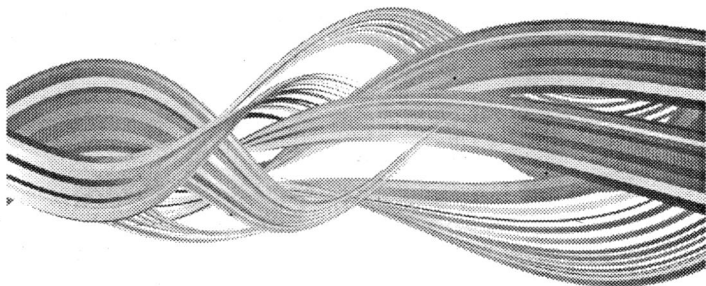

મારી લેખનયાત્રા...

પ્રકાશિત પુસ્તકો -

1. દીકરી મારી દોસ્ત, 2. અંતિમ પ્રકરણ, 3. સાસુ વહુ ડોટ કોમ, 4. ગમતાનો ગુલાલ, 5. જન્મદિવસની ઉજવણી (બાળનાટ્ય સંગ્રહ), 6. દીકરો વહાલનું આસમાન, 7. દોસ્ત, મને માફ કરીશ ને ? (નવલકથા), 8. પાનેતર (લઘુકથા સંગ્રહ) 9. ડોટર માય ફ્રેન્ડ (અંગ્રેજી), 10. બેટી મેરી દોસ્ત (હિન્દી), 11. આઇ ઍમ શ્યૉર (વાર્તાસંગ્રહ)

પુરસ્કૃત પુસ્તકો

1. ગમતાનો ગુલાલ (ગુજરાત સાહિત્ય અકાદમી)
2. અંતિમ પ્રકરણ (ગુજરાતી સાહિત્ય પરિષદ)
3. જન્મદિવસની ઉજવણી (ગુજરાત સાહિત્ય અકાદમી)

1

આઇ એમ શ્યોર

ખડકની ધાર પાસે આવીને એક ક્ષણ તે અટકી, પણ ના હવે આગળ-પાછળનો કોઈ વિચાર નહીં, મન મક્કમ કરી તે ઝંપલાવવા જતી જ હતી ત્યાં પાછળથી કોઈએ તેનો હાથ પકડ્યો.

ચમકીને યુવતીએ પાછળ જોયું, લગભગ તેની જ ઉંમરનો દેખાતો એક યુવક.

'કોણ છો તમે ? છોડો મારો હાથ, કેમ પકડ્યો છે ? મને બચાવવાની કોશિશ કરવાની કોઈ જરૂર નથી. મારી જિંદગીનું મારે જે કરવું હોય તે કરી શકું છું અને હા, પ્લીઝ કોઈ લેક્ચર નહીં.'

એકીશ્વાસે ગુસ્સાથી ધમ-ધમતા અવાજે યુવતી બોલી ઊઠી.

યુવક મોટેથી ખડખડાટ હસી પડ્યો. એ હાસ્યના પડઘા નીચે ખીણમાં ફરી વળ્યા.

'કેમ હસ્યા ? હસવા જેવી કોઈ વાત મેં નથી કરી કે નથી કોઈ જોક કર્યો.'

'એક મિનિટ... એક મિનિટ... મારી વાત તો સાંભળો.'

આઇ એમ શ્યોર 1

'મારે કોઈની વાત સાંભળવાની જરૂર નથી અને હસ્યા શા માટે ?'

'તમારે વાત સાંભળવી જ નથી તો કેવી રીતે કહું કે હું શા માટે હસ્યો ?'

'એટલે, એટલે કે હું એમ કહેતી હતી કે...કે...'

યુવતી થોડી ગૂંચવાઈ...

જોકે બે-પાંચ ક્ષણના મૌન પછી યુવકની સામે જોતાં તેણે ઉમેર્યું.

'એટલે કે મને આત્મહત્યા ન કરવાની કોઈ શિખામણ–સલાહ આપવાના હો તો મારે કોઈ લેક્ચર નથી સાંભળવું, એમ હું કહેતી હતી, પણ મને નથી લાગતું મેં આમાં કોઈ હસવા જેવી વાત કરી હોય, બાય ધ વે મારો હાથ પકડવાનો તમને કોઈ હક્ક નથી.'

'ઓહ સૉરી, રિયલી સૉરી.' યુવકે હાથ છોડ્યો

'ઇટ્સ ઓ.કે. હવે કહો હસ્યા શા માટે ?'

'જ્યારે મરવા જ જઈ રહ્યાં છો, ત્યારે છેલ્લી ઘડીએ કશું જાણીને શો ફાયદો ?'

'એક નાનું સરખું કુતૂહલ - માત્ર નથિંગ એલ્સ.'

'ઓ.કે. આમ પણ મરનારની અંતિમ ઇચ્છા પૂરી થવી જોઈએ. નહીંતર ક્યાંક ભૂત થઈને વળગે અને મને ભૂત સાથે જરા પણ લગાવ નથી.'

'હવે વાતમાં મોણ નાખ્યા સિવાય સીધી રીતે કહી દો. મારે મોડું થાય છે.'

'શું કારણ છે આજે ?'

'આજે તો મને હસવું આવ્યું, તમારા ભ્રમ ઉપર. જોકે કેટલાક ભ્રમ પણ કેવા મજાના હોય છે, અકબંધ જાળવી રાખવા જેવા.'

'ભ્રમ ? મારો ? કયો ભ્રમ ? કેવો ભ્રમ ? શાનો ભ્રમ ?'

બાપ રે એકીસાથે આટલા બધા પ્રશ્નો ?

'તમે એમ કહીને વાત ઉડાવો છો.'

'ઉડાવું છું ? તમારી વાત ? ના રે, સુંદર યુવતીઓની વાત ઉડાડવા જેટલો હું બેવકૂફ નથી.'

'બસ બસ, મસ્કા મારવાની કોઈ જરૂર નથી. છોકરીઓને ભોળવવાનો એ સૌથી સરળ ઉપાય... પણ અહીં તમારી દાળ ગળે તેમ નથી જ. તમારે સીધી રીતે વાત કરવી છે કે નહીં ?'

યુવતીના અવાજમાં લાલ લાલ ગુલમહોરી ગુસ્સો... ચહેરા પર રતાશના ટશિયા ફૂટ્યા.

'અરે, બાબા સાવ સીધી વાત છે, તમે કહ્યું કે મને બચાવવાની કોઈ જરૂર નથી, તો તમારા એ ભ્રમ પર મારાથી હસાઈ ગયું. મને હસવાની થોડી કુટેવ ખરી.'

'એમાં ભ્રમ શાનો ? અને તો પછી મારો હાથ કેમ પકડ્યો ?'

'બચાવવા માટે નહીં કશુંક બતાવવા માટે.'

'શું બતાવવા માટે ?'

'એટલું જ કે ખરેખર મરવાનો ઇરાદો હોય તો આ જગ્યા યોગ્ય નથી. હા, હાથ-પગ તોડવા માટે આ લોકેશન પરફેક્ટ ખરું.'

'એટલે ?'

'એટલે એમ જ, સાવ સીધી સાદી વાત. જરા નીચે જુઓ, ધ્યાનથી જુઓ. નીચે ઊંડી ખીણ ખરી, પણ કૂદ્યા પછી મરવાની કોઈ ગેરંટી નહીં.'

'આટલે ઊંચેથી કૂદ્યા પછી માણસ મરે નહીં તો બીજું શું થાય ?'

'આઇ ઍમ સૉરી ટુ સે, પણ તમારો ઓબ્ઝર્વેશન પાવર અર્થાત્ નિરીક્ષણશક્તિ બહુ poor - 'નબળી' જણાય છે.'

'કેમ ?'

'અરે, જોતાં નથી ? ખીણમાં નીચે કેટલાં બધાં ઝાડવાં છે ?

આખું જંગલ જ ઊગી નીકળ્યું છે. હવે તમે કૂદ્યાં અને સીધાં ખીણમાં જવાને બદલે એકાદ ઝાડવામાં અટવાઈ ગયાં, એકાદ ઝાડવાને તમારી ઉપર પ્રેમ ઊભરાઈ આવ્યો ને તમને ઝાલી લીધાં તો ? ન મરી શકો, ન જીવી શકો, ન નીચે જઈ શકો, ન ઉપર આવી શકો. બરાબર ત્રિશંકુની જેમ લટકી રહો. બસ, એ દૃશ્યની કલ્પનાથી જ હું હસી પડ્યો. તમે આમ ઝાડ ઉપર લટકતાં હો એ દૃશ્ય કેવું લાગે ? બચાવો-બચાવોની ચીસ પાડો તોપણ કોઈ સાંભળી ન શકે.'

યુવતીએ નીચે જોયું. યુવકની વાત તો સાચી હતી. નીચે અસંખ્ય વૃક્ષો હતાં. એમાં ફસાઈ જવાની શક્યતા નકારી શકાય તેમ નહોતી જ, પણ હજુ પેલી રતાશ અકબંધ.

'મિસ્ટર, તમે ખાંડ ખાવ છો. ઝાડમાં અટવાઈ ગઈ તોપણ છોડતાં કંઈ વાર નથી લાગવાની. ઝાડ કંઈ મને પકડી નથી રાખી શકવાનું.'

'ઓહ યેસ, યુ આર રાઇટ એ તો મને વિચાર જ ન આવ્યો. યુ આર જિનિયસ.'

'ફરી ખુશામત ? એવી કોઈ જરૂર નથી.'

'યેસ, એટલી તો મને પણ ખબર છે કે તમારી ખુશામત કરવાની મારે કોઈ જરૂર નથી જ. આ તો આવી સીધી-સાદી વાત હું ન વિચારી શક્યો ને તમે એ બધું આગોતરું વિચારી લીધું એથી મેં કહ્યું, પરફેક્ટ પ્લાનિંગ! હવે તમે ઝંપલાવી શકો છો, ગો અહેડ.'

યુવતી તેની સામે જોઈ રહી. પોતાની મશ્કરી કરે છે કે શું ? પણ યુવક ગંભીર દેખાયો. તે ખીણમાં નીચે બારીકાઈથી જોઈ રહ્યો હતો. નહોતું બોલવું તોપણ યુવતીથી બોલાઈ જવાયું,

'નીચે ઝાડવાં ગણો છો ?'

'ના ના.' ખીણમાં જોતાં-જોતાં જ યુવકે જવાબ આપ્યો.

'લાગે છે, તો એવું જ કે જાણે ખીણનાં ઝાડવાં ગણી રહ્યા છો ?'

'ના રે, મને એવી કોઈ ગણતરીમાં રસ નથી.'

'તો પછી આમ બાઘાની જેમ નીચે...'

વચ્ચે જ યુવકે તેને અટકાવી,

'થેંક્સ ફોર કૉમ્પ્લીમેન્ટસ, પણ એક મિનિટ જરા નીચે જુઓ.'

'શું જોવાનું છે, હજુ ?' કહેતાં યુવતી થોડીક યુવકની નજીક ખસી અને તેની સાથે નીચે નજર કરી.

'શું છે, અહીં ?'

'નીચે, સાવ નીચે સુધી ઝાડવાં છે, દેખાય છે ?'

'હા, તો તેનું શું છે ?'

'એ જોઈને તમને કોઈ વિચાર નથી આવતો ?'

'એમાં વિચાર શો આવવાનો ?'

'કોઈ મહાન વિચાર નહીં, સાવ સીધોસાદો સીમ્પલ ક્ષુદ્ર વિચાર.'

યુવતીના નાકનાં બંને ફોયણાં ફૂંગરાયાં બરાબર લાલઘૂમ કેસૂડા જેવાં,

મરવાની ક્ષણે કોઈ તેની આ રીતે મશ્કરી કરી જાય ? છોકરાઓ બધા સરખા, યશવંતીયા જેવા જ. એમનો વિશ્વાસ કરાય જ નહીં.

કશુંક બોલવા, બરાબર સંભળાવી દેવા જતી હતી ત્યાં જ -

'એમાં આમ મેઘધનુષી ન થાવ પ્લીઝ. જુઓ, હું તમને સમજાવું. તમારી વાત બિલકુલ સાચી છે. સો ટકા સાચી છે. કોઈ વૃક્ષ કંઈ તમને પકડી રાખી શકે નહીં. ધારો તો તમે ચોક્કસ છોડી શકો, પરંતુ તોયે મારી વાત સાવ નાખી દીધા જેવી નથી જ. ધારો કે કૂદ્યા પછી તમે કોઈ સાવ નીચા વૃક્ષની ડાળીમાં અટવાયાં તો ? અહીં તો છેક નીચે સુધી ઝાડવાં છે. અને એક વાર ઝંપલાવ્યા પછી તમે ક્યાં અટવાવ એની તો ખાતરી ન જ હોય ને ?

એનો સીધોસાદો અર્થ એટલો જ થાય કે ઝાડની ડાળીઓ છોડ્યા

પછી, મરવાની આટલી મહેનત અને હિંમત પછી પણ મરવાની કોઈ ખાતરી નહીં, કેમ કે પછી તો નીચે બહુ અંતર રહે જ નહીં ને ? નકામા હાથ-પગ જ ભાંગે. કંઈ શકરવાર ન વળે.'

'એના કરતાં જુઓ, હું તમને બેસ્ટ જગ્યા બતાવું મરવાની. પૂરી ખાતરીવાળી એક છલાંગ અને ખેલ ખતમ, પૂરી ગેરંટી.'

'કેમ તમે મરવાની જગ્યા શોધવાના એક્ષપર્ટ છો ?'

'ના રે, પણ આપણે બંને એક જ હોડીનાં સવાર છીએ.'

'એટલે ?'

'એટલે એમ જ કે હું પણ તમારી જેમ જ મરવાના ભવ્ય ઇરાદા સાથે જ અહીં આવ્યો છું. તેથી બેસ્ટ ખાતરીબંધ લોકેશનની તલાશ કરતો હતો. પૂરી રિસર્ચ કર્યા પછી જ મેં આ તારણ કાઢ્યું છે. આપણને અધકચરું કશું ફાવે નહીં. કામ કરવું તો પાક્કું કરવું.'

'એટલે તમે... તમે પણ આત્મહત્યા માટે અહીં આવ્યા છો ?'

'શંકાને કોઈ સ્થાન નથી આવી સૂમસામ જગ્યાએ હું શું ફરવા આવ્યો છું ? એ પણ સાવ એકલા-એકલા ? હા, સાથે તમારા જેવી સુંદર યુવતીનો સધવારો હોય તો આ સૂમસામ જગ્યાએ આવવાનો ફાયદો ખરો!'

'શટ અપ.'

'સૉરી સૉરી, જસ્ટ જોકિંગ, પણ હા છેલ્લી ઘડીએ થયેલી આ મજાની મુલાકાત બદલ આપનો આભાર માનું કે ઈશ્વરનો ?'

'તમે ઈશ્વરમાં માનો છો ?'

'કેમ, તમે નથી માનતાં ?'

'માનું છું, પણ...'

'તો પછી વચ્ચે 'પણ' કેમ આવ્યો ?'

'ક્યારેક એના અસ્તિત્વ અંગે શંકા જાગે ખરી.'

'ક્યારે ? આપણું ધાર્યું બધું ન થાય ત્યારે ?'

યુવતી મૌન રહી. થોડી પળ યુવક સામે જોઈ રહી.

'જવા દો. એ અંતહીન ચર્ચા, પણ તમે તો પુરુષ છો તમારે વળી મરવાની જરૂર કેમ પડે ?'

'કેમ ? દુઃખી હોવાનો ઇજારો સ્ત્રીઓએ જ રાખ્યો છે ? અમને કોઈ દુઃખ હોય જ નહીં એવું માનો છો ?'

'આપણા પુરુષપ્રધાન સમાજમાં સહન કરવાનું મોટા ભાગે સ્ત્રીઓને જ આવતું હોય છે તેથી.'

'હશે, એ તમારી અંગત માન્યતા છે. અંતિમ સમયે કોઈ વાદવિવાદમાં ઊતરવાની મને પણ ઇચ્છા નથી. ચાલો, હું તમને મરવાની પરફેક્ટ જગ્યા બતાવું. તમે ઇચ્છો તો મારી સાથે જ ઝંપલાવી શકો છો. એકથી બે ભલા. જીવનમાં સારી કંપની ન મળી તો વાંધો નહીં. મરતી વખતે સારી કંપની મળે એ પણ નસીબની વાત છે ને ? આમ પણ જીવનના હમસફર તો બધાને મળે, મોતના હમસફર કોને મળે ? એકલા-એકલા મરવાની મજા ન આવત. હવે તો તમારા જેવો સંગાથ મળી જવાથી મૃત્યુનીયે મજા જ મજા.'

'પણ તમારે વળી એવું કયું દુઃખ આવી ગયું કે મરવા સુધી પહોંચી ગયા ?'

યુવતીનું આશ્ચર્ય હજુ શમ્યું નહોતું. કોઈ પુરુષને દુઃખ હોય ને તે આમ મરવા નીકળે એ કદાચ માન્યામાં નહોતું આવતું.

'જવા દો. મેં કહ્યું ને મને પણ કોઈ ચર્ચામાં રસ નથી. દુઃખનાં નગારાં શા માટે વગાડવાં ? જોકે મારા મરવાથી મમ્મી ચોક્કસ રડશે કે પપ્પાને પણ દુઃખ તો બહુ થશે. પણ શું થાય ? અને આમ પણ મારે એ થોડું જોવું પડશે ? મર્યા પછી કંઈ દેખવુંયે નહીં ને દાઝવુંયે નહીં, જેને જે થવું હોય તે થાય.'

2.

'લો, આ ચ્યુઇંગ ગમ ખાશો ? આપણી આ અંતિમ મુલાકાતની એક સહપ્રવાસી તરીકેની અંતિમ ભેટ.'

'તમે એક નંબરના સ્વાર્થી છો. તમારે જોવાનું નથી. એટલે મમ્મી રડે કે પપ્પા... ચાલે એમ જ ને ?'

'આ તમે કહો છો ? તમે ?'

યુવતી મૌન રહી કોઈ વિચારમાં. યુવકે ખિસ્સામાંથી ચુઇંગ ગમ કાઢીને યુવતી તરફ લંબાવી.

'જવા દો. એ બધા ફાલતુ વિચારો. એમ બધાના વિચાર કરવા બેઠાં તો મરી રહ્યાં... લો, આ ચ્યુઇંગ ગમ ખાવ.'

'મરતી વખતે વળી ચ્યુઇંગ ગમ ? ખરા છો તમે પણ.'

'ચ્યુંઇંગ ગમ મને અતિ પ્રિય છે. તમે એને એક જાતનું વ્યસન કહી શકો. લો, આમ પણ આત્મહત્યા કરનારે તો પોતાની આખરી ઇચ્છા પણ જાતે જ પૂરી કરવી રહી ને.'

મોઢામાં ચ્યુઇંગ ગમ મૂકતાં યુવકે નિસાસો નાખ્યો.

'આજની આ અંતિમ ચ્યુઇંગ ગમ લો, તમે પણ.'

લેવી કે ન લેવી ? યુવતી એકાદ ક્ષણ કોઈ અવઢવમાં લાગી.

'અરે, ચ્યુઇંગ ગમ જ છે. કોઈ ઝેર નથી. જોકે ઝેર હોય તોપણ હવે તમને કે મને શો ફરક પડે છે ? ઊલટું આપણે કૂદવાની જરૂર નહીં પડે.'

યુવતીએ ચુઇંગ ગમ લીધી, મોંમાં મૂકી.

'સાલ્લું કૂદવા માટે આમ તો ખાસ્સી હિંમતની જરૂર પડે, નહીં ? મને તો થોડી બીક લાગે; તમને બીક નથી લાગતી ?'

'મરવું જ હોય એને વળી બીક શાની ?'

'મને તો તોયે ડર લાગે છે. કેટલું વાગશે, ક્યાં વાગશે ? પડતાંની સાથે જ કંઈ જીવ નીકળી જ જશે એની કોઈ ગેરંટી થોડી છે ? પડ્યા

પછી થોડી વાર પણ જીવી ગયા તો ? બાપ રે, કેવું દુખવાનું ? મરતાં પહેલાં યે સાલ્લી પીડા સહન કરવાની? મરવાની બીજી કોઈ આસાન રીત નહીં હોય ? ''આત્મહત્યા કરવાના એક હજાર અને એક સરળ ઉપાય.'' એવી કોઈ ચોપડી વિશે સાંભળ્યું હતું. તમે એ ચોપડી વિશે સાંભળ્યું છે ?'

યુવતીએ માથું ધુણાવ્યું.

'મેં પણ ખાલી સાંભળ્યું જ છે. વાંચી નથી. નહીંતર વધારે સારો, સરળ અને ખાતરીબંધ ઉપાય સૂઝ્યો હોત, પણ એ અહીં નથી મળતી. આવું બધું લખવાનું વિદેશી લેખકોને જ સૂઝે. જોકે જવા દો, હવે એ બધા માટે આમ પણ બહુ મોડું થઈ ગયું છે. હવે તો ચાલો, યાહોમ કરીને પડો.'

યુવતીએ કશો જવાબ ન આપ્યો. ચૂપચાપ યુવક સામે જોઈ રહી.

યુવકની નજર સામે દેખાતા સૂર્ય તરફ મંડાઈ હતી.

યુવતી તરફ જોતાં તેણે ધીમેથી પૂછ્યું,

'પાંચેક મિનિટ બેસવું છે ? રાહ જોવી છે ?'

'રાહ, શેની ?'

'આ સૂરજ મહારાજ અંતર્ધ્યાન થાય તેની સામે જુઓ. અસ્ત થવાની તૈયારી ચાલી રહી છે. કાલે ઊગતો સૂરજ ભલે ન જોઈ શકીએ, આથમતો સૂરજ હી સહી. જોકે આથમતો એ પણ આપણો એક ભ્રમ માત્ર જ ને ? ક્યાંક આ જ સૂર્ય આ ક્ષણે ઊગતો હશે. આમ પણ જુઓને સૂરજ તો રોજ એક જ પણ સવાર તો રોજ અલગ જ ને ? ક્યારે કઈ સવાર કેવો રંગ લાવે એ કોણ કહી શકે ? આથમતો સૂરજ કદાચ માનવીને ફિલસૂફ બનાવી દેતો હશે નહીં ? જુઓ જુઓ વાહ જતાં જતાંયે કેવો રંગવૈભવ વેરી રહ્યો છે, નહીં ?'

યુવકે સામે આંગળી ચીંધી. યુવતીએ તે તરફ નજર કરી.

આકાશમાં સંધ્યાની લાલિમા પ્રસરતી જતી હતી. પર્વતની પેલે પાર અદ્ભુત દશ્ય સર્જાયું હતું.

'ચાલો, આપણે આપણા ઇરાદાને આખરી **અંજામ** આપીશું ? રેડી ? વન ટુ થ્રી કરીશું ? સાથે કે વારાફરથી ?'

યુવતીએ કશો જવાબ ન આપ્યો.

ફરી થોડી ક્ષણો મૌનનું આવરણ ઓઢીને બંને ચુઇંગ ગમ ચગળતાં રહ્યાં.

ક્ષિતિજ પરથી ધીમે-ધીમે સૂર્ય આંખોથી ઓઝલ થતો રહ્યો. માળામાં પાછાં ફરતાં પંખીઓએ ઝાડવે-ઝાડવે કલરવના દીવા પ્રગટાવ્યા. અઢળક ટહુકાઓ ખીણમાં પડઘાઈ રહ્યા.

અચાનક યુવતી ધીમેથી બોલી ઊઠી,

'થેંક્સ મને બચાવવા માટે... ક્ષણિક આવેશમાંથી ઉગારવા માટે.'

'અરે, હું કંઈ તમને બચાવવા માટે થોડો જ... હું તો પોતે.'

વાક્ય પૂરું થાય એ પહેલાં જ -

'આઇ એમ શ્યૉર' તમે અહીં આત્મહત્યા માટે નહોતા જ આવ્યા.'

ઝાંખાપાંખા અજવાસમાં યુવકના ચહેરા પર સ્મિતની આછેરી લહેરખી ઊડાઊડ. યુવતીની આંખોમાં દીપ ઝળાહળા. ઝાડવાંઓ કલબલાટથી ખીણ ગજવી રહ્યા.

('પરબ' Dec.-2011)

2
મુક્તિપર્વ

વસંતરાય કોરીધાકોર આંખે પત્નીની નનામી જતી જોઈ રહ્યા. કાંધ દેવા ગયા ત્યાં ચક્કર આવતાં લથડિયું ખાઈ ગયા. તેથી અંતિમ સહારો પણ ન આપી શક્યા. સૂઈ જવું પડ્યું.

'આટલાં વરસોનો સહવાસ ! અસર તો થાય ને ? વસંતરાય સાવ ભાંગી પડ્યા છે. આ ઉંમરે તો હૂંફની ખાસ જરૂર પડે. એકલતા કોને કહેવાય તે આ ઉંમરે જ સમજાય.'

'બિચારા સાવ શૂન્ય જેવા જડ જેવા થઈ ગયા છે. પત્નીને કાંધ સુધ્ધાં ન આપી શક્યા.'

'આપણે બધા તો ચાર દિ'... પછી આ ઉંમરે તેઓ એકલા થઈ જશે.'

ઉમંગને સમજાવવો પડશે. સાસુ-વહુને જે વાંધો હોય તે પણ હવે વસંતરાય એકલા રહે અને દીકરો ગામમાં હોવા છતાં આમ જુદો રહે એ કંઈ સારું લાગે ? 'વસંતરાયને ઘરનું માણસ હતું ત્યાં સુધી વાત અલગ હતી.'

મુક્તિપર્વ 11

'ઘરનું માણસ !' વસંતરાયે રજાઈ માથા સુધી ખેંચી અને આંખો બંધ કરી ગયા. તેમની ચમકતી આંખોની લિપિ કોઈ ઉકેલી લે તો ? પડ્યાં-પડ્યાં સગાસ્નેહીઓનાં મંતવ્ય મૌન બની સાંભળી રહ્યા. કશું બોલી શકાય તેવું હતું જ ક્યાં ? મુઠ્ઠી બંધ રહે એમાં જ તેમની શોભા. ઘરમાં વિધિઓની પરંપરા ચાલી રહી હતી. ગીતાપાઠ ગરુડપુરાણ વંચાતાં હતાં. ધૂપ, દીપ અને સુખડના હારથી વિલાસબહેન મહેકી રહ્યાં હતાં. મર્યા પછી મહેકી શક્યાં ખરાં ! વસંતરાયે જોશથી માથું ધુણાવ્યું. મૃત વ્યક્તિ વિશે ખરાબ બોલાય નહીં, ખરાબ વિચારાય નહીં. ગાંધીજીના પેલા ત્રણ વાંદરાની વાત બિલકુલ સાચી રીતે તો ફક્ત મૃત વ્યક્તિને જ લાગુ પડતી હશે.

વિચારોથી બચવા વસંતરાયે જોશથી પાંપણો ભીડી દીધી, પરંતુ...

'વિલાસબહેન નસીબદાર ખરાં હોં ! ચૂડી-ચાંદલા સાથે જઈ શક્યાં.'

કોઈના શબ્દો કાને અથડાયા...

હા, નસીબદાર તો ખરાં જ. પોતાના જેવો ઝઘડાનો કાયર, એક રીતે કહીએ તો ભીરુ કહી શકાય તેવો પતિ મળ્યો હતો. તે નસીબદાર નહીં તો બીજું શું ? પોતાની જગ્યાએ બીજો કોઈ હોત તો કદાચ વિલાસ આટલી હદે મનમાની કરી શકી હોત ?

વસંતરાયના મનમાં વિચારોનો પ્રવાહ... તેમને અચાનક આ પળે પત્તાં રમવાનું મન થઈ આવ્યું. પોતાના જીવનનો એકમાત્ર શોખ, પરંતુ વિલાસને પત્તાંની બહુ ચીડ, અને તેને ન ગમે તે કરવાની હિંમત પોતે ક્યારેય કેળવી શક્યા નહીં. સાવ કાયર... ભીરું માણસ. કજિયાનું મોં કાળું એમ કહીને હંમેશાં...

હવે તો વિલાસ નથી. પત્તાં રમી શકાય ? જે શોખ ક્યારેય પૂરો નથી થઈ શક્યો, તે હવે પૂરો કરી શકાય ? ના ના, થોડો સમય

આઈ એમ શ્યૉર

તો સંયમ રાખવો પડશે. તેમણે ફરીથી આંખો જોશથી બંધ કરી. કોઈ જોઈ જાય તે સારું નહીં.

ત્યાં અચાનક આંખ ખૂલી ગઈ. પુત્રીનો વત્સલ હાથ તેમના માથા પર ફરી રહ્યો હતો. 'પપ્પા, ગરમ ચા લઈ આવું ? થોડી પી લો, સારું લાગશે.'

વસંતરાયને થયું કહી દઉં –

'સાથે બે-ચાર ગાંઠિયા પણ...' પરંતુ, ટેવાયેલા ન હોવાથી શબ્દો બહાર ન નીકળી શક્યા.

પણ દીકરી સમજદાર હતી. ચા સાથે ગાંઠિયા જાતે જ લઈ આવી.

'પપ્પા, કશું બોલ્યા સિવાય ચૂપચાપ ખાઈ લેવાના છે.'

પુત્રીનો હુકમ વસંતરાય કેમ ટાળી શકે ? તેમની પલકો ભીની બની. આંખમાં આભારની લાગણી છલકી રહી. ગાંઠિયા તો બે જ ખાધા, પણ બહુ સારું લાગ્યું. અત્યારે આ કસમયે ચા અને ગાંઠિયા, વાહ !

તેણે પુત્રી તરફ જોયું. પુત્રીના ચહેરા પર વસંતરાય જ સમજી શકે તેવા અદશ્ય હાસ્યની રેખા ફરકી. તેનું માથું હલ્યું. પોતે સમજી હોવાનો મૌન સ્વીકાર.

ત્યાં ફરી કોઈ અવાજ.

'વસંતરાયની દયા આવે છે. આ ઉંમરે પત્નીનો સાથ છૂટી ગયો, દીકરો–વહુ તો પરણ્યાના એક મહિનામાં જુદાં થઈ ગયાં હતાં. હવે વસંતરાયનું કોણ ?'

નીચે સગાંઓ વચ્ચે ચાલતી ચર્ચાઓ ટીકા-ટિપ્પણીઓ છેક ઉપર સુધી પડઘાતી રહી.

રાતોરાત વસંતરાય દયાપાત્ર બની ગયા. કેવું વિચિત્ર ! જ્યારે ખરેખર દયાપાત્ર હતા ત્યારે !

સગાંઓ દીકરાને કહેતાં હતાં, સમજાવતાં હતાં. 'જો બેટા, તમારી મમ્મી હતી ત્યાં સુધી વાત અલગ હતી. હવે પપ્પાનું ધ્યાન તમારે જ રાખવાનું છે, હોં.'

'હા, ત્યાં સુધી વાત અલગ જ હતી ને ?'

'પપ્પા, થોડી વાર ટી.વી. ચાલુ કરો તમને ગમશે, સારું લાગશે. વિચારોમાંથી બહાર અવાશે ખરું ને મામી ?'

ઉપર આવેલ મામીને દીકરી કહી રહી.

દીકરી પોતાની ધારણા કરતાં પણ વધુ સમજદાર હતી.

'હા, હા, હવે એવો શોક રાખવાનો હોય જ નહીં. ગયેલું માણસ થોડું પાછું આવી શકવાનું છે ? અને ભાભી તો લીલીવાડી મૂકીને ગયાં છે. સૌભાગ્ય સાથે કોઈ પીડા વગર આવું મોત તો નસીબદારને મળે. હા, તમે એકલાં થઈ ગયાં, પણ બેટા, પ્રભુઇચ્છા પાસે કોનું ચાલ્યું છે ?'

'પ્રભુઇચ્છા થોડી વહેલી થઈ હોત તો ?'

ના, ના પાપ લાગે આવું ન વિચારાય.

લડ નહીં, તો લડનારો દે વિલાસના આ સ્વભાવનો ભોગ બાળકોને પણ બનવું પડ્યું ? દીકરી ઉપર તો સાવકી માની માફક સતત કચકચ ચાલુ રાખેલી. સાસરે જઈશ ત્યારે આમ થશે ને તેમ થશે - ખબર પડશે. કહીને દીકરીને આખો દિવસ કામે જોતરી રાખતી મા માટે દીકરીના મનમાં કઈ લાગણી હશે ? પોતાથી તો કશું બોલી શકાય તેમ જ ક્યાં હતું ? વિલાસની વાણીનો સૌથી વધુ માર તો પોતાને જ ભાગે આવતો ને ? મોટી થયા પછી દીકરી એ સમજતી. મમ્મી ન હોય ત્યારે છાનામાના પપ્પાનું ધ્યાન આ દીકરી જ રાખતી. પુત્રી સાસરે ગઈ ત્યારે થયું પોતે ભલે અનાથ થઈ ગયા, પણ પુત્રી તો

છૂટી અને પુત્રનાં લગ્ન થયાં ત્યારે તો પોતે જ પુત્રને એકબાજુ બોલાવી કહી દીધું હતું,

'બેટા, તારી મમ્મીનો સ્વભાવ તું ઓળખે છે. આપણે બધાં તો ટેવાઈ ગયાં છીએ ને ચલાવી લીધું છે, પણ આવનારને એ શાંતિથી રહેવા નહીં દે. એની આપણને જાણ છે જ. તારે પૈસાની કોઈ ચિંતા નથી. તું તારે સુખેથી જુદો થઈ જા. જુદો રહીશ તો થોડી પણ માયા જળવાઈ રહેશે. સાથે રહીને રોજ ઝઘડા કરવા અને અંતે એકબીજા તરફ નફરત થઈ જાય તેના કરતાં દૂર રહેવાય તો કદાચ...'

'પણ પપ્પા પછી તમે.'

'બેટા, જેવાં મારાં નસીબ. હવે આ જનમે તો મારે ભોગવવું જ રહ્યું.'

'બધા ઋણાનુબંધ આ જનમે જ પૂરા થઈ જાય, પપ્પા.'

અવાજમાં શ્રાવણી ભીનાશ સાથે પુત્ર આગળ ન બોલી શક્યો.

નહીંતર તો પુત્ર જુદો ન થાત, પરંતુ એક જ મહિનામાં તેની પત્ની સાથે વિલાસે જે ઝઘડો શરૂ કર્યો. તે પછી પપ્પાની સલાહ માનીને જુદા થવામાં જ સાર છે એમ માની તે જુદો રહેવા ગયો. ત્યારે વિલાસે કરેલ તમાશો જોવાની પોતામાં હિંમત નહોતી. એટલે હંમેશની જેમ જ ચૂપચાપ માથે રજાઈ ખેંચી લીધી હતી.

લગ્ન થાય, સાસુ-વહુને ન બને. વહુ-દીકરો અલગ થાય એમાં તો નવું શું હતું ? બહુ સહજતાથી ગામે, સમાજે અને કુટુંબે સ્વીકારી લીધું હતું. વસંતરાય અને ઉમંગ બંને મૌન. બિચારો ઉમંગ અને વગર વાંકે વગોવાયેલ વહુ.

હવે ઘરમાં રહ્યા એકલા વસંતરાય. જે ક્યાંય જઈ શકે તેમ નહોતા. ક્યારેક છાનામાના ઉમંગને ઘેર જઈ આવતા. ભાવતી વસ્તુ ખાઈ

આવતા. ધોમધખતા રણમાં મીઠી વીરડીનો અહેસાસ થોડી ક્ષણો જીવતરનો થાક ઉતારી દેતો. વિલાસ જે વસ્તુની મનાઈ કરતી તે વસ્તુ દીકરાને ઘેર મળી રહેતી. સદ્નસીબે વહુ ખૂબ સમજદાર મળી હતી. તેથી મનને સંતોષ હતો.

મનમાં વિચારોની આવનજાવન ચાલુ જ રહી.

ઓરડામાં રાત ઊતરી આવી. અંદર તો સવારનો ઉજાસ.

બધાં થાકીને વહેલાં સૂઈ ગયાં હતાં. વસંતરાયની આંખોનાં ઊંઘનું એકે કણસલું ફરકતું નહોતું.

પુત્રી નીચે નાનકડા દીકરાને સુવડાવતી હતી.

ત્યાં દીકરો-વહુ ઉપર આવ્યા;

'પપ્પા, ઊંઘ આવે છે ?'

વસંતરાયે ડોકું હલાવી ના પાડી.

વહુના હાથમાં પત્તાં હતાં.

'પપ્પા, આપણે થોડી વાર પત્તાં રમીશું ? મન હળવું થશે.'

વસંતરાય કશું બોલી શક્યા નહીં.

આવડું મોટું સુખ પોતાના નસીબમાં હતું ? આંખમાં અનેક પ્રશ્નો : આજે આ સમયે પત્તાં ? વહુને અત્યારે આ કેમ સૂઝ્યું ?

'પપ્પા, એક વાત કહું ?'

વગર કહ્યે સસરાની આંખનો પ્રશ્ન ઉકેલી તેણે હળવેથી કહ્યું,

'ગયા અઠવાડિયે મમ્મી અમારે ઘેર આવેલ. ઘરમાં હું એકલી જ હતી.' વસંતરાયે આંચકો અનુભવ્યો. મનમાં ફડકો પણ પેઠો.

નક્કી ત્યાં પહોંચીને ઉધામા કરી આવી હશે.

તેમણે વહુ સામે નજર કરી.

'પપ્પા, મા કહે...'

વહુ એક ક્ષણ થોભી.

'મા !'

વસંતરાયને આશ્ચર્ય થયું, પરંતુ કશું બોલ્યા નહીં.

મા કહે, હું ન હોઉં ત્યારે તમે પપ્પાનું ધ્યાન રાખજો હોં. જોકે મને ખબર છે કે તમે અત્યારે પણ ધ્યાન રાખો જ છો. પપ્પા ક્યારેક અહીં આવે ત્યારે તેમને ભાવતી વસ્તુઓ ખવડાવો છો એનો મને આનંદ છે.'

વસંતરાય આંચકા સાથે બેઠા થઈ ગયા.

પણ આંચકા પછીનો આફ્ટરશૉક હજુ પૂરો નહોતો થયો.

'મારા ગયા પછી તમે ફરીથી એ ઘરમાં આવી જજો. પપ્પા તો મારી જેમ ઝઘડા કે કચકચ કરે તેમ નથી. એની તમને ખબર છે. એ ભલા માણસ મરતાને મર કહે તેમ નથી.'

'વિલાસ આવું બોલી ?'

'હા, પપ્પા, મને કહે,

''મારો સ્વભાવ જ ન જાણે કેવો થઈ ગયો છે. લાખ નક્કી કરું તોપણ બોલાઈ જ જવાય છે. પ્રાણ અને પ્રકૃતિ સાથે જ જાય એ કહેવત કદાચ સાચી જ હશે. નાનપણથી અપરમાનાં મહેણાંટોણાં સાંભળીને મોટી થઈ છું. ઘરમાં ઝઘડા સિવાય કશું જોવા જ નહોતી પામી. જબરાની પાંચશેરી ભારે એ એક વાત મગજમાં જડબેસલાક ફીટ થઈ ગઈ હતી.

પછી લગ્ન થયાં અને સદ્નસીબે કે કમનસીબે એ તો ખબર નથી, પણ તારા પપ્પાનો સ્વભાવ સાવ રાંક એટલે મારો રૉફ તેમની પર ચાલ્યો. વરસો સુધી અપરમાની ગુલામી કરેલી અને અહીં મળ્યો છૂટો દોર.

અહીં બધું મારું જ ચાલે છે. જાણે કોઈને એ બતાવી દેવું હોય તેમ મેં મૂરખીએ...

ખબર નહીં મારું મન કેમ આવું થઈ ગયું હતું. ક્યારેક સુધરવાની કોશિશ પણ કરી જોઈ પણ બે-ચાર દિવસમાં પાછી એની એ જ ! બેટા, તમે કેમ જુદાં થયાં એ બધી મને ખબર છે. એમાં તમારો કોઈ દોષ નથી.''

'વિલાસ... વિલાસ આવું બધું બોલી ? એ આવું બધું સમજી શકતી હતી ?'

'હા, પપ્પા. મને લાગે છે કે આપણે કોઈ જ તેને સમજી કે ઓળખી ન શક્યાં. નાનપણથી તેમનામાં કોઈએ વિશ્વાસ નહોતો રાખ્યો. સતત અવગણના, ઉપેક્ષા, નફરત, કડવા શબ્દો, અને લડાઈ, ઝઘડા વચ્ચે જ મા મોટાં થયાં. સાસરે આવ્યા બાદ સ્વતંત્રતા મળતાં જાણે બદલો લેવો હોય તેમ સૌ કોઈ ઉપર મંડી રહ્યાં. આપણે કોઈ પણ તેમની એ ગ્રંથિ ઓળખી ન શક્યાં અને તે ઝનૂનપૂર્વક...'

દીકરા-વહુની આંખો ભીની ભીની.

વસંતરાય એકદમ બેઠા થઈ ગયા.

'પછી ?' જાણે કોઈ વાર્તા સાંભળતા હોય તેમ નાના બાળકની માફક વિલાસરાય પૂછી રહ્યા.

'અમારે ઘેર આવ્યાં ત્યારે સતત તમારી જ ચિંતા કરતાં હતાં.'

'ખબર નહીં પણ મને લાગે છે કે હવે હું વધારે કાઢવાની નથી. તારા પપ્પાને મેં બહુ દૂભવ્યા છે. ભગવાન મને માફ નહીં કરે. એ ભલા જીવને મેં શાંતિ નથી આપી. હું જઈશ ત્યારે જ એ મારાથી છૂટી શકશે. મને ખબર છે. હું જઈશ પછી તમે ઘેર આવી જ જશો. તેથી એમની એવી ચિંતા તો નથી.

અને હા, આવી કોઈ વાત પપ્પાને ન કરતાં. નાહકના દુઃખી ન કરશો. જીવતા તો એમને સુખ નથી આપી શકી. મરીને કદાચ ચપટી સુખ આપી શકું. મારા જવાથી એ રાહતનો શ્વાસ લેશે. મારે એ છીનવવો

આઈ ઍમ શ્યૉર

નથી. અને લો, આ પત્તાં... મારા ગયા પછી તમે સાથે રહો ત્યારે રોજ એમની સાથે પત્તાં રમજો. મેં ક્યારેય એમને નિરાંતે રમવા નથી દીધા. મારી અપરમા પાનાં રમવાની ખૂબ શોખીન હતી !'

કહેતાં કહેતાં મા રડી પડ્યાં હતાં.

મેં કહ્યું,

'મા, અમે હમણાં જ ભેગાં આવી જઈએ. બધાં સાથે મળીને કિલ્લોલ કરીશું.'

'બેટા, હવે એ શક્ય નથી. આજે તને આ બધું કહું છું, પણ ઘેર જતાં જ મારો મૂળ સ્વભાવ પાછો આવી જ જવાનો. એના કરતાં આટલાં વરસો ચાલ્યું છે તો થોડું વધારે. મને અંદરથી ઊગી ગયું છે. હવે હું થોડા સમયની જ મહેમાન છું. જતાં પહેલાં એક વાર કોઈ આગળ દિલની વાત કરવાનું મન હતું. દીકરી આઘી છે. તેથી તારી પાસે...'

'માએ તો મને આ બધું ન કહેવાના સમ આપ્યા હતા, પરંતુ મા પ્રત્યેની નફરત તમારી આંખમાં હું ન જોઈ શકી. તેથી...'

'આ પત્તાં પણ મા જ આપી ગયાં હતાં કહેતાં વહુએ પત્તાં ચીપ્યાં.'

વસંતરાયની કોરીધાકોર આંખો હવે વરસી રહી.

('બુદ્ધિપ્રકાશ', જાન્યુ. 2012)

3

સારા સમાચાર

ફોન પર ત્રાટક કરતી હોય તેમ આરતી તેની સામે જોતી બેઠી હતી. હમણાં અનુપનો ફોન આવવો જ જોઈએ. મનમાં એક ચિંતા, ભય, આશંકાનો ઑથાર. શું આવશે રિપૉર્ટ ? કંઈ માઠા સમાચાર તો નહીં હોય ને ? પણ બહુ રાહ ન જોવી પડી. ફોનની એક જ રિંગ. અને આરતીએ ઝાપટ મારી.

'શું થયું અનુપ ? રિપૉર્ટ શું આવ્યો ? બધું બરાબર છે ને ? કંઈ ચિંતા જેવું નથી ને ?' એકીસાથે પ્રશ્નોનો મારો.

સામે છેડે મૌન.

'અનુપ, પ્લીઝ કંઈક બોલ તો ખરો.'

'શું બોલું ?'

એક ધીમો અવાજ અને બે-ચાર ડૂસકાં.

'અનુપ ભાઈ, બોલ તો ખરો શું આવ્યો મમ્મીનો રિપૉર્ટ ?'

બે-ચાર સેકન્ડ પછી ધ્રૂજતો એક અવાજ. 'આરતી, મમ્મીને... મમ્મીને. લ્યુકેમિયા બ્લડ કૅન્સર અને તે પણ લાસ્ટ સ્ટેજમાં.'

ડૂસકાંનો અવાજ હવે બંને છેડે... આગળ શું બોલવું તે કદાચ કોઈને સમજાતું નહોતું.

'ભાઈ, કશું થઈ શકે તેમ નથી ?'

'એવું શક્ય હોય તો હું બાકી રાખું ખરો ? એક તો મમ્મીની ઉંમર... આટલી વીકનેસ અને આ રિપોર્ટ કેમોથેરાપી પણ આ કેઇસમાં શક્ય નથી.'

'કોઈ ઉપાય ?'

'કોઈ જ નહીં, બસ, આપણાથી થાય તેટલી સેવા કરી લઈએ અને મમ્મીની બાકી રહેલી જિંદગીની દરેક ક્ષણ ખુશીથી ભરી દઈએ. પપ્પાએ તો કશું કરવાનો કોઈ મોકો નહોતો આપ્યો. હવે મમ્મીની સ્થિતિની આપણને જાણ થઈ છે તો સેવા કરવાની તક મળી છે એમ પૉઝિટિવ લઈએ એ એકમાત્ર આપણા હાથની વાત, બાકી કશું નહીં. અને તે પણ વધુમાં વધુ પંદર દિવસ.'

આરતીએ ફોન મૂક્યો અને શૂન્યમનસ્ક થઈ ગઈ. અંતે શંકા સાચી નીકળી. ભાઈ ખુદ ડૉક્ટર હતો. શક્ય તે બધું કરી છૂટવાનો જ. પૈસાની કોઈ કમી નહોતી. તેથી બીજો કોઈ સવાલ નહોતો.

આરતી તુરત પિયર પહોંચી ગઈ. ઑસ્ટ્રેલિયાથી નાની બહેન, અવની પણ આવી પહોંચી. રિપૉર્ટ મુજબ મમ્મી પંદર-વીસ દિવસથી વધારે કાઢે તેમ નહોતાં. છેલ્લે છેલ્લે જે થોડા દિવસ મમ્મી સાથે રહેવા મળે કે જે સેવા થઈ શકે તેટલી કરી લઈએ જેથી પાછળથી વસવસો ન રહે.

બધાંએ મળીને નક્કી કર્યું કે મમ્મીને તેમના રોગનો ખ્યાલ સુધ્ધાં નથી આવવા દેવાનો... મમ્મીની જિજીવિષાથી તેઓ અજાણ નહોતાં જ. મોત પહેલાં જ તેમને મોતની પીડા આપવાનો કોઈ અર્થ નથી. મમ્મીને સમજાવી દીધું કે તમારા લોહીમાં ઇનફેક્શન થઈ ગયું છે.

તેથી જરૂર પડે તમને લોહી આપતું રહેવું પડશે. પછી તમને સારું થઈ જશે. કહેતાં કહેતાં અનુપની આંખો છલકી હતી. બંને બહેનો ધ્રુસકાં છુપાવવા બાથરૂમમાં દોડી ગઈ હતી. અનુપની પત્ની વિરાજ સાસુનો હાથ પકડી ચૂપચાપ બેઠી રહી.

'બેટા, તું ડૉક્ટર છે. તેથી મારે બીજી શી ચિંતા હોય ? તું જે કહે કે કરે તે બરાબર જ હોય ને ?'

અલોપાબહેને વિશ્વાસથી કહ્યું, પછી તો તેમનું સમયપત્રક ગોઠવાઈ ગયું. આરતી અને અવનીએ મમ્મીને સમયસર દવા આપવાની, ખાવા-પીવાની સંભાળ રાખવાની બધી જવાબદારી લઈ લીધી.

'ભાભી, આજે મમ્મી માટે થોડો બદામનો શીરો બનાવજો.'

વિરાજ ચૂપચાપ શીરો બનાવીને નણંદના હાથમાં ડિશ મૂકી દેતી.

આરતી માને ચમચીથી શીરો ખવડાવતાં કહેતી.

'ભાભી, લાવો તો મમ્મીની દવા અને પાણી. મમ્મીની દવાનો સમય થઈ ગયો.' વિરાજ દવા અને પાણીનો ગ્લાસ લઈને રસોડામાંથી દોડી આવતી. આરતી માને દવા પીવડાવતી. 'અવની, તું યે મમ્મીની દવાનો સમય યાદ નથી રાખી શકતી ? એ પણ મારે એકલીએ જ કરવાનું ? સારું છે. હું સમયસર હાજર છું, નહીંતર તમારા કોઈનો ભરોસો ક્યાં કરાય તેમ છે ? ભાભી, સાંજે બરાબર સાત વાગ્યે દવા આપવાની છે. એ યાદ રહેશે ને ?'

જવાબ આપવાની વિરાજને કે જવાબ સાંભળવાની આરતીને ટેવ જ ક્યાં હતી ?

'અવની, મમ્મીનું ધ્યાન આપણે જ રાખવાનું છે. વહુને સાસુની કેટલીક પડી હોય ? આપણી તો જનેતા છે.'

મોટા ભાગે સવારે અને સાંજે અલોપાબહેનના પગે ભયંકર દુખાવો ઊપડતો.

'ભાભી, મમ્મીના પગ દુખે છે. થોડી વાર દબાવી આપો તો તેમને સારું લાગે. છેલ્લે-છેલ્લે સાસુની સેવા કરવાનો મોકો મળ્યો છે. તો લહાવો લઈ લો... મારા નસીબમાં તો એ સેવા નથી. મારા પોતાના શરીરનાં જ ઠેકાણાં નથી. મમ્મીના પગ દબાવીશ તો મારા હાથ દબાવવાનો વારો આવશે. અને અવની તું મમ્મીને ગમતી કેસેટ ચાલુ કર તો બહેન.' આરતીની એક કે બીજી સૂચનાઓ આખો દિવસ ચાલુ રહેતી. કેમ કે એ મોટી દીકરી હોવાથી મમ્મીની સંભાળની બધી જવાબદારી તેણે લીધી હતી.

વિરાજ પૂરા ભાવથી અલોપાબહેનના પગ દબાવતી રહેતી. અવની કેસેટમાં ભજન ચાલુ કરતી.

રાત્રે અનુપ આવે એટલે આખા દિવસનો અહેવાલ આરતી આપતી. અને ઉમેરતી,

'ભાભી, દિવસ આખો તો અમે બંને બહેનો મમ્મીને સંભાળી લઈએ છીએ, હવે રાત્રે તમારો વારો. રાત્રે મારાથી ઉજાગરા નથી થતા નહીંતર મમ્મી પાસે હું જ સૂતી હોત, પણ શું થાય ? પછી વળી મારી તબિયત બગડે તો અત્યારે બીજી ઉપાધિ ! એટલે અત્યારે તો મારે પહેલાં મારી તબિયત સાચવવી રહી. ભાઈ બિચારો કેટલેક પહોંચે ? માનું કરશે કે બહેનનું ?'

'મને તો જોકે તબિયતનો કોઈ પ્રશ્ન નથી પણ મને બીક લાગે. રાત્રે કંઈ જરૂર પડે ને મમ્મીને કંઈ થાય તો ? મારાથી તો સહન જ ન થાય. અમારી તો મા છે ને ? દિવસ આખો મમ્મી દીકરીઓના ચાર્જમાં અને રાત્રે ભાભીને સેવાનો લાભ આપીએ. મમ્મી ઉપર એમનોયે થોડો હક્ક તો ખરો ને ? આ તો પુણ્ય કમાઈ લેવાનો અવસર છે, ભાઈ.' અવની ઉમેરતી.

3.

હમણાં કામવાળાં બેન પણ રજા ઉપર હતાં. એક છૂટક નોકર વાસણ અને ઝાડુ-પોતાં કરી જતો.

દિવસના વિરાજનો મોટા ભાગનો સમય રસોડામાં જ પસાર થતો. આરતીનો સાદ આવતો રહેતો.

'ભાભી, મમ્મી માટે જ્યૂસ બનાવો છો તો અમારા બંને માટે પણ ભેગાભેગ જ બનાવી લેજો. અત્યારે બધાનું જુદુંજુદું કરવા ક્યાં બેસીએ ?'

વિરાજ રાત્રે સાસુના રૂમમાં જ સૂઈ રહેતી. રાત્રે અલોપાબેનને કેમે ય ઊંઘ ન આવતી. શરીર જાણે તૂટતું હતું. વિરાજ ઘડીક હાથ તો ઘડીક પગ હળવા હાથે દબાવે. કદીક માથા પર, વાંસામાં હાથ ફેરવી રહે. કદીક સાસુને ગમતા ભજનની કોઈ કડી ગાતી રહે. અલોપાબહેન સંતોષ પામીને સૂઈ જાય.

'બેટા, તું સૂઈ જા હવે. હું સૂવાનો પ્રયત્ન કરું છું.'

'મમ્મી, મારી ચિંતા ન કરો.' ઓછાબોલી વિરાજ ધીમા અવાજે કહેતી.

અલોપાબહેનનું શરીર સાવ લેવાઈ ચૂક્યું હતું. ખોરાક પણ નામ માત્રનો જ લઈ શકતાં હતાં, પરંતુ તેમની જિજીવિષા ખૂબ પ્રબળ હતી. વીલપાવર મજબૂત હતો. વરસોથી પોતે ખૂબ સક્રિય રહ્યાં હતાં. અનેક સંસ્થાઓ સાથે જોડાયેલાં હતાં. હવે બહાર નહોતાં જઈ શકતાં તેથી ફોન પર વાતો કર્યા કરતાં. સલાહ-સૂચના આપતાં રહેતાં.

આજે અલોપાબહેનનો જન્મદિવસ હતો. બધાએ ધામધૂમથી જન્મદિવસ ઊજવવાનું નક્કી કર્યું હતું. ઘરમાં બધાંને જાણ હતી કે મમ્મીનો આ છેલ્લો જન્મદિવસ છે. આમ તો દર વખતે આવી કોઈ ખાસ ધામધૂમ નહોતાં કરતાં, પરંતુ હવેની વાત અલગ હતી. જિંદગીનાં સમીકરણો બદલાયાં હતાં. દૃષ્ટિ બદલાઈ હતી.

મમ્મીનો રૂમ ફૂલોથી મઘમઘી ઊઠ્યો. અલોપાબહેને કેક કાપી. ને મીણબત્તી ઓલવી ત્યારે બધાંની આંખો ભીની બની ઊઠી. આમ જ હવે જીવનની મીણબત્તી ઓલવાવાને પણ ક્યાં વાર હતી ? કાળની એક જ ફૂંક અને બસ કઈ પળ આવશે, અને... ?

આરતી અને અવનીએ મમ્મી માટે નવી સાડી લીધી હતી. આજે તે જ સાડી મમ્મીને પહેરાવી. વિરાજે સાસુના જૂના ફોટાઓનું એક અલગ આલ્બમ તૈયાર કરી તે દરેક ફોટાની નીચે કશુંક સરસ લખીને સાસુને આપ્યું હતું. અલોપાબહેન નવી સાડી પહેરી આલ્બમમાં કેદ થયેલી સુખદ સ્મૃતિઓ જોતાં આખ્ખેઆખાં કૉળી ઊઠ્યાં હતાં. દસ વરસના પૌત્ર અને સાત વરસની પૌત્રીએ ''હેપી બર્થ ડે ગ્રાંડમા.'' ગાઈને રૂમ ગજાવી મૂક્યો. બાળકોને તો આમ પણ બીજી કોઈ ખબર નહોતી. અલોપાબહેન ખુશખુશાલ. માંદગી આવી તો બાળકોએ પોતાના માટે સમય કાઢ્યો. નહીંતર તો બધાં રોજનાં કામોમાં જ વ્યસ્ત રહેતાં હતાં. પુત્રીઓ પણ ક્યારેય નિરાંતે રહેવા આવી શકતી નહોતી.

એક દિવસ અલોપાબહેનને ઘરમાં સત્યનારાયણની કથા કરવાનું મન થયું. આમ તો ગયા વરસથી મન હતું, પરંતુ ગયા વરસે અનુપે ચોખ્ખી ના પાડી દીધી હતી.

'એવાં બધાં તૂત કરવાની કોઈ જરૂર નથી. એ બધા ક્રિયાકાંડ બકવાસ છે. એમાં હું માનતો નથી.' અલોપાબહેન કશું બોલી નહોતાં શક્યાં. આ વખતે ફરી એક વાર મન થઈ ગયું. કદાચ પુત્ર હા પાડે તો ? હમણાં ઘણું ન ગમતું પણ પુત્ર કરતો હતો. તેથી તેમના મનમાં થોડી હિંમત આવી. ડરતાં-ડરતાં ધીમેથી પુત્રને કહી જોયું.

'અરે, મમ્મી, એમાં શું મોટી વાત છે ? કાલે જ કરીએ... કરવું જ છે તો મોડું શા માટે ?' બહેન સામે જોતાં અનુપે કહ્યું. બહેને ધીમેથી માથુ હલાવ્યું. બીજે જ દિવસે બધી વ્યવસ્થા થઈ ગઈ. અને

ખૂબ સરસ રીતે કથા સંપન્ન થઈ. અલોપાબહેન આ માંદગીનો લાખ લાખ ઉપકાર માની રહ્યા. જેને લીધે તેમને પોતાનાં સંતાનો ફરીથી મળ્યાં હતાં. ક્યારેય ન ધારેલું બધું થતું હતું. અલોપાબહેનનો પડ્યો બોલ ઝિલાતો હતો.

આમ ને આમ પંદર દિવસને બદલે એક મહિનો પસાર થઈ ગયો. ધાર્યા કરતાં અલોપાબહેનની તબિયત ઘણી સારી હતી. સુધારો તો જોકે નહોતો થયો, પરંતુ બગડ્યું પણ નહોતું. પહેલી વખત રિપોર્ટ જોઈ અનુપને થયું હતું કે મમ્મી માંડ થોડા દિવસો કાઢી શકશે, પરંતુ ધાર્યા કરતાં બધું લંબાયું હતું. અને હવે લંબાતું જશે એવું લાગતું હતું. અલબત્ત, સાજા થવાના, આમાંથી ઊભા થવાના કોઈ ચાન્સિસ નહોતા જ, પરંતુ ઘણી વાર ઘણાં દર્દીઓ આમ જ પથારીમાં જ લાંબો સમય ખેંચી નાખતાં તેણે ક્યાં નથી જોયાં ?

'ભાઈ, શું લાગે છે ? મારે બે મહિના પછી દીકરાના લગ્ન લીધા છે. લગ્નમાં કંઈ વિઘ્ન તો નહીં આવે ને ?'

'મને શું ખબર ? મારા હાથમાં બધું થોડું છે ?' અનુપે થોડી અકળામણથી જવાબ આપ્યો.

'ભાઈ, મારે પણ જવું પડશે. ત્યાં હિતેનને જમવાની તકલીફ પડે છે.'

અહીં તો ધાર્યા કરતાં બધું લંબાતું જતું હતું. અંતે જરૂર પડશે તો પાછાં આવીશું...' એમ કહી બંને બહેનો ગઈ. આમ બેસી રહીને ક્યાં સુધી સમય બગાડે ?

રોજ બહેનોના ફોન આવતા રહેતા. 'ભાઈ, મમ્મીને કેમ લાગે છે હવે ?'

'નવું કશું નહીં. જેમ છે તેમ જ ચાલે છે.'

અનુપના અવાજમાં રણકો નહોતો.

આઈ એમ શ્યોર

અલોપાબહેન કદીક દીકરીઓને આવવાનો આગ્રહ કરતાં રહેતાં.

'મમ્મી, તને ખબર છે ને નિશાંતની સ્કૂલ હોય ત્યારે નીકળવું મારા માટે કેવું અઘરું બની રહે ? વળી હમણાં જ રોકાઈ ગઈ ને તારી પાસે ? હવે ફરીથી અનુકૂળતાએ જરૂર આવી જઈશ. મારોયે જીવ બહુ ખેંચાય છે, પણ શું કરું ? મારે તો બધી બાજુનું જોવું ને ? પછી ધીમેથી ઉમેરતી ખરી અને હા, દવા બરાબર લેજે, જ્યૂસ ન ભાવે તોપણ પીવાનો. તબિયતનું ધ્યાન રાખજે. ભાભી, તારું ધ્યાન તો બરાબર રાખે છે ને ?'

'બેટા, મને નથી લાગતું કે હું આમાંથી હવે ઊભી થાઉં. હવે થાકી ગઈ હું તો.'

'ના, ના, મમ્મી એવું કંઈ નથી.'

'મને સારું તો થઈ જશે ને ?' નરી નિર્દોષતાથી અમોલાબેન પૂછી રહેતાં.

'હા, મમ્મી, સારું થઈ જશે.' બોદો અવાજ આવતો, પરંતુ અમોલાબેનને ખ્યાલ ન આવતો. સંતોષનો શ્વાસ લઈ પૂર્ણ વિશ્વાસથી તે ફરીથી સૂઈ જતાં. કે સૂવાનો સફળ, નિષ્ફળ પ્રયત્ન ચાલતો રહેતો.

'ભાઈ, લગ્નની તૈયારી કરું ને ? વાંધો નહીં આવે ને ?'

'મને શી ખબર પડે ? હું કંઈ ભગવાન છું ? અનુપ ચિડાઈ જતો. 'મારે પણ બધી ટિકિટો બૂક થઈ ગઈ છે. હું કોને કહું ?'

વાતાવરણ ધીમે-ધીમે તંગ થતું જતું હતું. વહુ ચૂપચાપ મૌન બની સાસુના કૃશ થઈ ગયેલા ડિલે હાથ પસવારતી રહેતી.

નાની બહેને પણ કહી દીધું હતું કે એમ ધક્કા ખાવા મને ન પોસાય. હું આવું ને આમ ને આમ ખેંચાયા કરે તો ? ''કંઈક સમાચાર'' હોય તો મને કહેજો. હું તુરત નીકળી જઈશ.

અનુપ અકળાય છે. બધાને ''સારા'' સમાચાર જોઈએ છે. જાણે કેમ બધું મારા હાથમાં હોય ? એક વિરાજ સિવાય બધાની ધીરજ ખૂટી ગઈ હતી. અંદર સતત એક અવઢવ, પણ અંતે એ અવઢવમાંથી ઈશ્વરે જ મુક્ત કર્યાં. એ રાત્રે આસપાસ કોઈ નહોતું. વહુનો હાથ પરમ સ્નેહથી સાસુને માથે ફરતો હતો. અલોપાબેને સંતોષથી વહુ સામે અંતિમ દૃષ્ટિ નાખી. બે પાંચ ક્ષણો સાસુ, વહુ એકમેક સામે જોઈ રહ્યાં. અને અલોપાબહેને બધાને મુક્તિ આપી દીધી. વહુની આંખોમાં વાદળો છવાયાં. ભાઈએ બહેનોને સારા સમાચાર આપ્યા.

બહેનો દોડતી આવી પહોંચી. હૈયાફાટ રુદન.

'મમ્મી, આટલી જલદી તું અમને છોડીને ચાલી ગઈ ?'

ડૂસકાં સાથે નાની બહેન બોલી નહોતી શકતી. અલોપાબહેનને પલંગ પરથી નીચે લેવાયાં. ઘીનો દીવો થયો. નવીનક્કોર સાડી ઓઢાડાઈ. સુવાસિત ગુલાબનાં પુષ્પોથી અલોપાબહેનનું શરીર મઘમઘી ઊઠ્યું.

'ભાભી, મમ્મીના કાનમાંથી હીરાની બુટ્ટી, અને બધા દાગીના કાઢી લો.'

'ના, તમે જ કાઢો મારું ગજું નહીં.'

'દીકરી થઈને અમારું મન કેમ માને ? તમે તો પારકી જણી છો. અમારી તો મા હતી. મારો તો હાથ લગાડતાં પણ જીવ ન ચાલે. તમે વહુ છો તમારી ફરજ કહેવાય.'

વહુએ નણંદ સામે નજર નાખી.

સાસુને જરા પણ દુઃખે નહીં એનું ધ્યાન રાખી પારકી જણીએ પરમ મૃદુતાથી હળવે હળવે સાસુના નિર્જીવ શરીર પરથી ઘરેણાં ઉતાર્યાં. અંતર થડકી ઊઠ્યું. આંખોમાં ભીનાશ ઊતરી આવી.

'સહેજે બે લાખ રૂપિયાના તો થાય જ.' દાગીના સામે એકીટશે

જોઈ રહેલી પુત્રીના મનમાં અંદાજ મંડાઈ ગયો.

'લાવો, કબાટમાં સાચવીને રાખી દઉં.' દીકરીએ હાથ લંબાવ્યો.

વિરાજે ચૂપચાપ દાગીના તેના હાથમાં મૂક્યા.

બહેને આંસુથી છલકતી આંખે માના દાગીના લીધા. ભાવથી કપાળે અડાડ્યા. મનમાં વિચાર ઝબકી ઊઠ્યો.

'કેવી સરસ ડિઝાઈન છે. હવે તો આવી ડિઝાઈન જોવા પણ ન મળે. લગ્નમાં પહેરીશ તો બધાં જોતાં રહી જશે.'

આસપાસ નજર ફેરવી કોઈ સાંભળી તો નથી ગયું ને ?

થોડાં ડૂસકાંઓ સાથે બહેને દાગીના કબાટમાં મૂક્યા. કબાટ લૉક કર્યો અને ચાવીનો ઝૂડો કમરે ખોસ્યો. સગાંઓ આવ્યાં. ભાઈ-બહેનોએ મમ્મીની કેટલી કેવી રીતે રાત-દિવસ ઉજાગરા કરીને સેવા કરી તે કહેતાં આરતી કે અવની થાકતાં નહોતાં.

'અમે કોઈ ક્રિયામાં માનતા નથી. તેથી કોઈ વિધિ કરવાનાં નથી. અનાથાશ્રમ કે વૃદ્ધાશ્રમમાં જે આપવું હશે તે આપી દેશું.'

ત્રીજે જ દિવસે સગાંઓ બધાં વિખેરાયાં.

તે રાત્રે ભાઈ અને બંને બહેનો બેઠી હતી. ત્યાં મોટી બહેને કહ્યું, 'ભાઈ, મારાથી હવે વધારે રોકાવાશે નહીં. મા વિના અહીં રોકાઈને શું કરું ? ક્યાંય મન નથી લાગતું. મમ્મી જ યાદ આવ્યા કરે છે.'

'અને હું પણ બહેન સાથે જ નીકળી જઈશ. આવી જ છું તો થોડું જરૂરી શૉપિંગ કરવાનું છે તે આજે પતાવી લઈશ. ગમે કે નહીં બધું કર્યે જ છૂટકો ને ? માની ખોટ તો થોડી પુરાવાની છે ?'

અનુપે ચૂપચાપ ડોકું હલાવ્યું.

'ભાઈ, હું સૌથી મોટી છું. તો મમ્મીના દાગીના અને બધી વસ્તુઓ ઠેકાણે પાડવાની જવાબદારી મારે જ લેવી રહી ને ? હું છું ત્યાં એ કામ પતાવી લઈએ. પછી તારે કોઈ ચિંતા નહીં.'

'આમ તો છેલ્લે આવી હતી ત્યારે જ મમ્મીએ બધું મારી પાસે લખાવ્યું હતું. મમ્મીની ઇચ્છા મુજબ જ આપણે તો કરવાનું રહ્યું ને ? તેમના આત્માને શાંતિ મળે એ જ હવે તો આપણે જોવું રહ્યું.' ગળગળા અવાજે મોટી બહેન માંડ બોલી શકી.

ધીમેથી બહેને પર્સ ખોલ્યું. મમ્મીનો કાગળ કાઢ્યો. 'લે, હું જ મોટેથી વાંચી સંભળાવું. પછી તને આપું.'

'બહેન, આ તો મમ્મીના અક્ષર નથી.' ભાઈએ ધીમેથી કહ્યું, 'અક્ષર તો મારા જ હોય ને ? મમ્મી કંઈ લખી શકે એવી તાકાત બિચારીમાં ક્યાં બચી હતી ? એ બોલતાં ગયાં અને હું લખતી ગઈ. મારાયે હાથ ધ્રૂજતા હતા, પણ શું કરું ? મોટી મૂઈ છું તો કરવું જ રહ્યું ને ? તમે બધાં તો નાનાં છો અમને ખબર ન પડે કહીને છટકી જાવ મારે તો ન ગમે તોયે કરવું જ રહ્યું ને ?'

રડતા અવાજે બહેને મમ્મીનો છેલ્લો કાગળ વાંચ્યો ત્યારે બધાને જાણ થઈ કે મોટી દીકરીએ મમ્મીની ખૂબ સેવા કરી છે તેથી મોટા ભાગનું બધું તેને આપ્યું છે. બે-ચાર વસ્તુઓ નાની બહેનને આપી છે. વહુને પ્રસાદી તરીકે પોતે પહેરતી હતી તે તુલસીની કંઠી આપી છે.

'લે ભાઈ, વાંચ.'

ભાઈએ કાગળ હાથમાં લીધો. અછડતી નજર ફેરવી. કશું બોલ્યા સિવાય પત્નીના હાથમાં મૂક્યો.

પત્નીએ હાથ ન અડાડ્યો. તેની ધૂંધળી નજર સાસુના ફોટા પર સ્થિર થઈ હતી.

નાની બહેન કશુંક બોલવા જતી હતી પણ ત્યાં –

મોટી બહેનનો આંસુભીનો સાદ આવ્યો.

'મમ્મીને જે ઠીક લાગ્યું એ તેણે કર્યું. મા જેવી મા ગઈ હવે

દાગીનાને શું કરવાના ? મા, અમને કોઈને દાગીનાનો મોહ નથી, પણ આપણને ગમે કે ન ગમે મરનારની આખરી ઇચ્છાને માન આપવું જ રહ્યું ને ? મા, બધું તારી અંતિમ ઇચ્છા મુજબ જ થશે. બસ ?''

"મમ્મી." કહેતાં મોટી બહેન ધ્રુસકે ધ્રુસકે રડી રહી.

તસ્વીરમાં સમાઈ ગયેલા અલોપાબેન કશુંક બોલ્યાં પણ કોઈને સંભળાયું નહીં.

બે દિવસ પહેલાં સાસુએ જાતે લખી આપેલો કાગળ વિરાજના બ્લાઉઝની ભીતર સળવળી ઊઠ્યો. વિરાજે હળવેથી છાતીને સ્પર્શ કર્યો. એક સુવાસભરી હૂંફ તેને ઘેરી વળી.

('નવનીત સમર્પણ', મે 2012)

4
મીનુ

મીનુની આંખો ચકળવકળ. છ મહિના પહેલાં જે પોતાની દુનિયા હતી તે આજે અપરિચિત - સાવ અપરિચિત કેમ લાગતી હતી ?

આવી ગંદકીમાં તે રહેતી હતી ? આમાં કેમ રહી શકાય ? તેણે નાકે સુગંધિત રૂમાલ દાબ્યો.

ત્યાં કાને એક ભણકાર... છ જ મહિના પહેલાનો અવાજ.

'અરે મીનુ, તારા કોથળામાંથી તો આજે કેવી સરસ લાલ બંગડીઓ નીકળી.'

અને ખુશખુશાલ થતી મીનુએ હાથમાં બંગડી ચડાવી હતી. વાહ ! પાછી પોતાના માપની જ. હાથ ઊંચા કરી તે બંગડી રણકાવી રહી. બંગડીના રણકારમાં મીનુના ખડખડાટ હાસ્યનો રણકો ભળી ગયો હતો.

ચાર વરસની હતી ત્યારથી મીનુ તેના જેવડી જ અન્ય છોકરીઓ સાથે કચરો વીણવા જતી. ખભ્ભે કોથળો લટકાવી મોજથી ચારે તરફ રખડીને સૌ છોકરીઓ ઉકરડા ફંફોસતી રહેતી.

ક્યારેક એમાંથી કોઈએ અર્ધું ખાઈને ફેંકી દીધેલું બિસ્કિટનું પૅકેટ, ક્યારેક એકાદ ચૉકલેટ કે એવું કશું મળી જતું ત્યારે તો ઉજાણી થઈ જતી. બધી બહેનપણીઓ એક જગ્યાએ બેસી પોતપોતાના કોથળામાંથી મળી આવેલી વસ્તુઓ હરખથી એકમેકને બતાવી રહેતી. જાણે જાદુગરની પેટીમાંથી એક પછી એક વસ્તુઓ ન નીકળતી હોય ! દરેક છોકરી બીજાના કોથળામાંથી શું નીકળે છે તે જોવા આતુર બની રહેતી. અને પછી સાથે મળીને બિસ્મિલાહ થતું. જેટલું પેટ ભરાયું તેટલું સાચું. અર્ધઉઘાડા તનની જેમ પેટ પણ મોટા ભાગે અર્ધભૂખ્યું જ રહેવા પામતું, પણ જન્મથી ટેવાયેલાં હોઈ એમાં કોઈને વેદનાનો અનુભવ ન થતો. હા, ક્યારેક વધારે મળી જાય ત્યારે હાશકારો જરૂર અનુભવાતો. અને પછી બાકી રહેલા પ્લાસ્ટિક વગેરેનો કચરો બાજુની વખારમાં વેચી તેના પૈસા આવે તે ઘેર જઈ બાપને આપી દેવાના. બાપ એમાંથી દેશી દારૂની કોથળી પીએ અને મા લોટ હોય તે મુજબ બે-ચાર રોટલા ઘડી, ભાગે પડતું બધાને ખવડાવે. મીનુને બીજી એક બહેન અને એક ભાઈ પણ હતાં. બંને તેનાથી નાનાં હતાં.

મીનુનું ઘર એટલે એક નાનકડી ઝૂંપડી જેમાં સપનાંઓને આવવાની કોઈ ગુંજાશ નહોતી. ભૂલથી ક્યારેક આવી ચડે તોપણ બીજી જ ક્ષણે ઠીંગરાઈ જતાં. આજુબાજુ આવી અનેક ઝૂંપડીઓ મળીને આખી એક વસાહત સમાજ સામે લાલબત્તી ધરતી ઊભી હતી. ગરીબીરેખા એટલે શું એવા કોઈ શબ્દની જાણ વિના અહીં એ રેખાથીયે બદતર જિંદગી શ્વાસ લેતી હતી. રોજ સવારે આળસ મરડીને સજીવન થતી હતી. અને રોજ સાંજે હાંફતી, ખાંસતી. જીવંત હોવાનો પુરાવો આપી રાતે જ્યાં જગ્યા મળી ત્યાં ઢળી પડતી હતી. દુઃખ કે તકલીફની કોઈ વાત અહીં ન થતી. જીવન આવું જ હોય એનાથી બીજું શું હોય એનાથી તદ્દન અજાણ હોવાથી નિરાંત હતી.

બિહારનાં ગામડાંમાંથી આવેલા આ લોકોની વસાહત અહીં મુંબઈમાં હજુ નવીસવી બની હતી. શહેરની ખાસ કોઈ જાણકારીથી બિલકુલ અલિપ્ત. હા, કચરો વીણવા જતાં છોકરા-છોકરીઓ રસ્તામાં ફિલ્મોનાં પોસ્ટરો જોતાં અને ઘડીભર ઊભાં રહીને માણતાં થયાં હતાં. ક્યારેક કોઈ દુકાનમાં ટી.વી. ચાલુ હોય ત્યારે દૂરથી નીરખવાની તક નહોતાં ચૂકતાં. કેટલાક તો અમિતાભ, શાહરૂખ કે બિપાસાને ઓળખતાં પણ થયાં હતાં. તો કદીક ક્યાંકથી સંભળાતાં ફિલ્મી ગીતો ગણગણવાની મસ્તી માણતાં હતાં. શૈશવના કોઈ પ્રશ્નો તેમને નહોતા. સ્કૂલ કે ટ્યૂશનનો કોઈ ભાર નહીં. એક ક્લાસમાંથી બીજા ક્લાસમાં જવાની દોડાદોડી નહીં. સમર કેમ્પ કે ટ્રેકિંગ જેવા શબ્દોથી બિલકુલ અપરિચિત.

જીવન અહીં પણ દોડતું હતું... પોતાની રીતે.

ચાર વરસની ઉંમરથી કચરો વીણતી મીનુ હવે દસ વરસની કિશોરી બની ચૂકી હતી. અલબત્ત, એથી તેના જીવનમાં કોઈ ફરક નહોતો પડ્યો. હા, હવે તે મોટો કોથળો ઊંચકી શકતી હતી. વધારે કચરો વીણી શકતી હતી. તેના કાળા, લાંબા વાળ સાર-સંભાળના અભાવે ભૂખરા રંગના બની જીંથરાની માફક ઊડતા રહેતા. તેની મોટી મોટી આંખોમાં એક ચમક હતી. ખડખડાટ હસતી ત્યારે ગાલમાં પડતાં ખંજન અને ચમકતા સફેદ દાંત જાણે કોઈ ટૂથપેસ્ટની જાહેરખબર કરતા હોય તેમ ચમકી રહેતા. ઓળ્યા વિનાની ઊડતી લટોને પોતાના ધૂળિયા હાથથી તદ્દન બેફિકરાઈથી ઊંચે ખસેડતી તેની સ્વાભાવિક રીતની કોઈ મૉડર્ન યુવતી નકલ કરી શકે તો જોતા જ રહી જવાય. ઈશ્વરે તેને રૂપ આપવામાં કંજૂસાઈ નહોતી દાખવી. અલબત્ત, તાપમાં રખડી રખડીને તેની ગૌર ત્વચાનો રંગ થોડો શ્યામ જરૂર પડી ગયો હતો, પણ તેની નમણાશ એવી જ અદ્ભુત રહી હતી. કોઈ કલાકારે અદ્ભુત રીતે તરાશી હોય તેવું, કોઈ ખોડખાંપણ વિનાનું એ રૂપ કોઈ પારખું

દૃષ્ટિ જ પારખી શકે તેમ હતી. ધૂળમાં પડેલો હીરો ઝવેરી જ પારખી શકે, બાકી અન્ય માટે તો એ કાચનો સામાન્ય ટુકડો જ રહેવાનો. મીનુ પણ કદાચ એવો જ ઝગમગ હીરો હતી. વણપરખાયેલો હીરો. અર્થાત્ કાચનો ટુકડો માત્ર.

એક દિવસ આ વણપરખાયેલા હીરા પર એક ઝવેરીની નજર અનાયાસે જ પડી. મીનુ અને તેની બહેનપણીઓ કોથળો બાજુમાં મૂકી ક્યાંકથી હાથમાં આવેલી પૂરીઓ ખાતી હતી. હમણાં એક જગ્યાએથી મળેલી કાચની બંગડીઓ મીનુએ પહેરી હતી. લાંબા વાળની લટોને કંટાળાથી ખસેડતાં હાથમાં રહેલી બંગડીઓ રણકી ઊઠતી હતી.

કોઈક વાત પર મીનુ ખડખડાટ હસતી હતી. હસી-હસીને બેવડ વળી ગયેલી મીનુની પાણીદાર આંખો વધારે પાણીદાર બની હતી. બરાબર તે જ સમયે ચમચમાતી એક વિદેશી કાર ત્યાંથી ધીમે-ધીમે પસાર થઈ. જાણે કોઈની તલાશમાં નીકળી હોય તેમ એમાં બેસેલી બે વ્યક્તિઓ આસપાસ ઝીણી નજરે જોઈ રહી હતી. તેમને કાને મીનુના હાસ્યનો રણકો અથડાયો. અને નજર ખડખડાટ હસતી મીનુ પર પડી. તેમના મોઢામાંથી શબ્દ નીકળી પડ્યો, ''અદ્ભુત!''

ગાડી તુરત ઊભી રહી. બંને તેમાંથી બહાર નીકળ્યાં. મીનુ અને બધી છોકરીઓ જોઈ રહી. આંખોમાં થોડો ભય અને થોડું આશ્ચર્ય અંજાયાં.

ઊતરનાર વ્યક્તિમાં એક આધેડ ઉંમરનો અને એક યુવાન દેખાતો હતો. ખડખડાટ હસતી મીનુ એક જ ક્ષણમાં બિલકુલ શાંત... જાણે જીવનમાં કદી હસી જ નથી. આધેડ વ્યક્તિ થોડી વાર મીનુ સામે જોઈ રહી. છોકરીઓ ઊઠીને ભાગવા જતી હતી ત્યાં –

'શું નામ તારું ?'

મીનુએ ડર્યા વગર જવાબ દીધો, 'મીનુ.'

'સરસ નામ છે.'

મીનુ મૌન. આનો શો જવાબ આપવાનો હોય તે ખબર પડી નહીં.

'તું ક્યાં રહે છે ?'

'સામે.'

ઝૂંપડપટ્ટી તરફ આંગળી ચીંધતી મીનુ ધીમેથી બોલી.

હવે પ્રારંભિક ડર થોડો ઓછો થયો હતો.

બધી છોકરીઓ મોટી, ચમચમાતી મોટરને જોવામાં વ્યસ્ત હતી. એકાદ-બે મીનુ સાથે બેઠી હતી.

'ફિલ્મ જોઈ છે ક્યારેય ?'

મીનુનું ડોકું નકારમાં હલ્યું.

'જોવી ગમે ?'

ડોકું કઈ બાજુ ધુણાવવું એ સમજ પડી નહીં.

'મને તારે ઘેર લઈ જઈશ ?'

મીનુ ઊભી થઈ. સાથે જ આખું ટોળું.

ગાડી અંદર જઈ શકે તેવી કોઈ શક્યતા ન દેખાતાં સાહેબોએ પણ મીનુ સાથે પદયાત્રા શરૂ કરી.

થોડી મિનિટોમાં મીનુ ઝૂંપડી પાસે પહોંચી.

બાપ હજુ દારૂના અર્ધઘેનમાં હતો. મા ક્યાંક છાણાં લાકડાં વીણવા ગઈ હતી.

'આ તમારી છોકરી છે ?'

મીનુ તરફ દૃષ્ટિ કરતાં પેલા યુવાને પૂછ્યું,

'હા, મારી છોકરી છે. કેમ કંઈ ચોરી-બોરી કરી છે ?'

'જુઓ, અમે એક ફિલ્મ બનાવીએ છીએ. એમાં મીનુ જેવડી એક છોકરીની જરૂર છે. તમારી દીકરી એમાં કામ કરશે ?'

કદી ન કલ્પેલો પ્રસ્તાવ સાંભળી બાપ મૂંઝાયો.

'એને એવું થોડું આવડે ?'

'અમે બધું શીખવાડીશું. અને નહીં આવડે તોપણ હજાર રૂપિયા આપીશું.'

ન આવડે તોપણ અને હજાર રૂપિયા.

કેટલી દારૂની કોથળીઓ આવે ?

ગણતરી મંડાઈ. જવાબ આપવામાં વિલંબ થતો જોઈ પેલી આધેડ વ્યક્તિ રકમનો આંકડો વધારવા જતી હતી, પણ સાથેનો યુવાન દેશી હતો. અનુભવી હતો. તેણે આંખથી જ સાહેબને મૌન રાખ્યા.

'ઠીક છે. હજાર રૂપિયા પે'લા જોઈશે. તમે સાહેબો પાછળથી ફરી જાવ તો અમારે તમને ગોતવા ક્યાં જાવું ?'

બાપને હજાર રૂપિયા સિવાય કોઈ વાત સૂઝતી નહોતી.

'જરૂર, પણ આ કાગળ પર સહી કરવી પડશે.'

'સહી કરતાં અહીં કોને આવડે છે ?'

'ઠીક છે, મારો અંગૂઠો.'

ક્યાંક હજાર રૂપિયા હાથમાંથી નીકળી ન જાય.

બાપે જલદી-જલદી સાહેબે બતાવ્યું ત્યાં કાગળિયાં પર અંગૂઠો માર્યો.

મીનુને તો હજુ કંઈ સમજણ જ નહોતી પડી. તે તો બધી છોકરીઓ સાથે ટોળામાં દૂર ઊભી હતી.

'જો તારી છોકરીને આજે લઈ જાશું. ને કામ આવડી જશે તો બહારગામ પણ લઈ જવી પડે. મહિનાઓ સુધી.'

'એના એકસ્ટ્રા રૂપિયા લાગશે.'

'મળી જશે. જેટલા દિવસ રહેશે એટલા દિવસના રોજના હજાર રૂપિયા આપીશું.'

'રોજના હજાર ?'

બાપની આંખો ફાટી રહી.

'તો તો કાયમ આ છોરી ભલે ને એની પાસે જ રહે. કચરો વીણીને માંડ દસ રૂપરડી લાવે છે.'

બાપના મનમાં વિચાર ઝબકી ગયો.

પણ હજાર રૂપિયાના નશામાં કંઈ બોલ્યો નહીં.

'બેટા, ચાલ, અમારી સાથે.'

'ક્યાં ?'

એટલું પણ મીનુ ન બોલી શકી. અલબત્ત, તેની બોલકી આંખોમાં એ પ્રશ્ન જરૂર ઊઠ્યો.

મોટા સાહેબે તુરત કહ્યું,

'બેટા, ગભરાઈશ નહીં. તારા બાપુએ પણ હા પાડી છે. થોડું કામ કરવાનું છે, અમે કહીએ તે.'

'કચરા, પોતાં, વાસણ કે કપડાં ધોવાનાં ?'

હમણાં જ મીનુની એક બહેનપણી મંજુ મોટા શેઠના બંગલે રહેવા ગઈ હતી. કચરા, પોતાં અને એવું બધું કામ કરતી હતી. મીનુની કલ્પના એનાથી આગળ વધે તેમ નહોતી.

દર રવિવારે મંજુ ઘેર આવતી ત્યારે શેઠના બંગલાની અદ્ભુત વાતો કરતાં ધરાતી નહીં. પોતે બધી કેવા યે રસથી સાંભળવા દોડી જતી. પોતાને પણ આવા જ કોઈ બંગલામાં જવાનું છે ?

મીનુ થોડી હરખાઈ. થોડી મૂંઝાઈ. પોતાને એવું બધું આવડશે ? વાસણ ધોતાં તો આવડતું હતું, કચરા પણ કાઢી શકે પણ આ સાહેબ લોકોનાં કપડાં ધોતાં કેમ આવડશે ? કેટલો બધો સાબુ જોઈએ ? અહીં તો મા ક્યારેક એક ગોટી લઈ આવતી ત્યારે પહેરેલાં કપડાં મ્યુનિસિપાલિટીના નળે જઈને...

આઇ એમ શ્યોર

મીનુ આગળ વિચારે તે પહેલાં સાહેબે તેની સાથે ચાલવા કહ્યું.

મીનુ મૂંગીમૂંગી તેમની સાથે ચાલી નીકળી. તેની બહેનપણીઓ જોતી રહી ગઈ. મોટર સુધી આખો ઘેરો સાથે ગયો.

મોટર પાસે જઈ મીનુ ઊભી રહી ગઈ.

મોટા સાહેબે મીનુને બેસવા કહ્યું.

મીનુ પોતાના ફાટેલતૂટેલ, ગંદાં કપડાં સામે જોઈ રહી.

આવી સરસ મજાની મોટર ગંદી નહીં થઈ જાય ?

સાહેબ મીનુની મૂંઝવણ સમજી ગયા. જરા હસીને બોલ્યા,

'કંઈ વાંધો નહીં. તું તારે નિરાંતે બેસ.'

ગભરાતી, સંકોચાતી મીનુ એક બાજુ સમેટાઈને બેઠી.

મોટર મીનુને લઈને ચાલી.

શરૂ થઈ સમણાંની દુનિયા.

મીનુની ચકળવકળ દૃષ્ટિ ચારે તરફ ફરી રહી. શરૂઆતમાં થોડી ગભરાઈ પણ ખરી. નવાં કપડાં પહેરાવવામાં આવ્યાં, થોડો મેઈક અપ. અરીસામાં જોતાં તે ચોંકી ઊઠી... સામે કોણ દેખાય છે ?

અને છતાં સ્ક્રીન ટેસ્ટ આપતાં કે પહેલી વાર કૅમેરાનો સામનો કરતાં મીનુમાં ન જાણે કેવોયે આત્મવિશ્વાસ જાગી ઊઠ્યો.

વાંચતાં તો ક્યાં આવડતું હતું ? પરંતુ રેકોર્ડ થયેલા શબ્દો બે વાર સાંભળ્યા ત્યાં જ યાદ રહી ગયા. કેમ બોલવું તે બતાવાયું. અને કોઈ અજબ આત્મવિશ્વાસથી મીનુએ જાણે કમાલ કરી બતાવી. તાળીઓની વાહ વાહ ! વિદેશી ડાયરેક્ટરને જે જોતું હતું તે મીનુ પાસેથી મળી શકશે એની તેને ખાતરી થઈ ગઈ અને બસ પછી તો...

શરૂ થઈ મીનુની વણથંભી વિકાસયાત્રા.

એક ન~~ જ ઝાકઝમાળભરી અજાયબ દુનિયા. જાત સાથેનો રોજ નવો પરિચય, નવી ક્ષિતિજ, નવું આસમાન અને મીનુ તો જાણે

4.

પરીલોકની રાજકુમારી. મુખ્ય પાત્ર જ મીનુનું હતું. અને તે પણ કોઈ ગરીબની છોકરીનું નહીં, શ્રીમંત પણ સાવ ભોળી રાજકુમારીનું પાત્ર. દિવસમાં દસ વાર નવાં-નવાં રેશમી કપડાં બદલાવવાના અવનવા શણગાર. પોતાના જેવા જ એક સુંદર છોકરા સાથે દોસ્તી, મસમોટો મહેલ. નોકરચાકરની ફોજ અને એક દિવસ તો મીનુ પ્લેનમાં.

કચરો વીણતાં વીણતાં ક્યારેક ઊંચે ઊડતા પ્લેનની ઘરઘરાટી સાંભળીને બધું ભૂલી બધી બહેનપણીઓ સાથે મીનુ કદીક વિમાન જોવા ઊભી રહી જતી. અલબત્ત, ત્યારે પણ એમાં બેસવાનો વિચાર કે એવું સપનું આંખમાં ક્યાંથી અંજાયું હોય ? એવી વિશાળ આંખો કે પાંખોનો વિચાર પણ પહોંચની બહાર હતો. આજે એ પ્લેનમાં બેસીને ઊડીને સાત સાગર પાર.

પિક્ચરનું અમુક શૂટિંગ વિદેશની ધરતી પર થયું. મીનુ તો આખી ઝગમગ ઝગમગ. અજબ આત્મવિશ્વાસથી તે કહ્યા મુજબનાં દશ્યો આપી શકતી. જાણે તે તો કોઈ જન્મજાત અભિનેત્રી. કોઈ શ્રીમંતની છોકરીને પણ ગ્લેમરની આ દુનિયા ચકાચોન્ધ કરાવી દે ત્યારે મીનુ માટે તો આ સાક્ષાત પરીલોક. તેનો પડ્યો બોલ ઝિલાતો. વિદેશી ડાયરેક્ટર આ ભોળી છોકરીનું ખૂબ ધ્યાન રાખતા. મીનુ તેની લાડકી બની હતી.

પણ દરેક સારી કે ખરાબ વાતનો એક અંત પણ હોય છે.

સપના જેવા આ દિવસો છ મહિનામાં પૂરા થયા. મીનુ માટે તો જાણે છ દિવસો જ વીત્યા હતા. પિક્ચર પૂરું થયું. કરાર મુજબ પૈસા મીનુના બાપને મળતા રહ્યા હતા. મીનુને તો એ બધા સાથે કોઈ સંબંધ જ નહોતો. એ માસૂમ છોકરી તો પોતાને હવે કાયમ અહીં જ રહેવાનું હતું એમ માની બેઠી હતી, પણ...

કામ પૂરું થતાં વિદેશી સર્જક પોતાને દેશ પાછા ફર્યા અને મીનુ...

મીનુ ફરીથી પોતાની દુનિયામાં.

દસ વરસથી પરિચિત જગ્યા હવે સાવ અપરિચિત લાગી. હા, ઝૂંપડી થોડી મોટી થઈ હતી. એક રૂમનું પાકું મકાન થયું હતું. જેમાં એક નાનકડું ટી.વી. આવ્યું હતું. બાકી બધું એમ જ. છ મહિના બાપે દેશી દારૂની કોથળીને બદલે વિદેશી શરાબની મોજ માણી હતી.

મીનુ પાછી આવી મતલબ હવેથી પૈસા બંધ.

બાપનો મિજાજ ગયો. ધડાધડ મીનુને બે લાફા પડ્યા.

'મને ખબર જ હતી, સરખું કામ નહીં જ કર્યું હોય તો જ પાછી આવે ને ?'

મીનુની આંખો અનરાધાર વરસી રહી. રાજકુમારીનાં આંસુ આજે વણલૂછ્યાં રહ્યાં. તે મોટેથી ભેંકડો તાણી રહી.

('ગુજરાત', દીપોત્સવી અંક)

5

મીરા

શૈશવમાં ઊંચે ઊડતું પ્લેન જોયેલું. સ્કૂલમાં બેઠા હોય અને પ્લેનની ઘરઘરાટીનો અવાજ સંભળાય એટલે બધાની સાથે પોતે પણ કેવી કુતૂહલતાથી જોવા દોડી જતી. આવડા નાનકડા પ્લેનમાં કેમ બેસાતું હશે ? ઉપર બીક નહીં લાગતી હોય ? એવા પ્રશ્નોના જવાબ કોને પૂછે ? તેની બહેનપણીઓ પણ તેના જેવી જ અકિંચન જ હોય ને ? પરંતુ કાળે એવી રીતે કરવટ બદલી હતી કે આજે તે પ્લેનમાં બેસીને સાત સાગર પાર જઈ રહી હતી. આ સમણું કે સત્ય ? એવો વિચાર આવતાં બે-ચાર વાર આંખ ખોલ-બંધ કરી જોઈ હતી. ના ના સો ટચના સોના જેવું સત્ય... એ જ એક માત્ર સત્ય અને બાકી બધું મિથ્યા...

આવું બધું તો વાર્તાઓમાં બને કે ફિલ્મોમાં બને. સાવ જ ગરીબ ઘરની છોકરીને કોઈ રાજકુમાર આવીને લઈ જાય. પોતે ભલે રૂપાળી હતી. કૉલેજમાં બધા તેને બીજી ઐશ્વર્યા જ કહેતા. ઈશ્વરે

અઢળક રૂપ આપ્યું હતું એની ના નહીં. એમાં જરાયે કંજૂસાઈ નહોતી કરી એમ ગામ આખું કહેતું હતું, પરંતુ તેથી શું ? હતી તો એક પટાવાળાની જ દીકરીને... અને તે પણ એકની એક નહીં, પાંચ બહેનોમાં સૌથી મોટી. ઉછીના-પાછીના કરીને કૉલેજની ફી માફી કરાવીને, બે-ચાર ટ્યૂશનો કરીને માંડમાંડ ગ્રેજ્યુએટ થઈ હતી. અને કોઈ આછીપાતળી નોકરીની શોધમાં હતી ત્યાં જ રણમાં ક્યાંક અચાનક કોઈ મીઠી વીરડી ફૂટી નીકળે તેમ સાત સાગર પારથી અંગદ ફૂટી નીકળ્યો. તેની કોઈ દૂરની માસીએ જ બતાવ્યો હતો.

પરીકથાની જેમ બધું ફટાફટ થઈ ગયું હતું. લેવાદેવાની કોઈ વાત વિના બધું પાર ઊતર્યું. મીરાના ઘર માટે તો તે એક ચમત્કારથી કમ નહોતું. અમને ખાલી સારી છોકરી જ જોઈએ છે. બાકી બધું અમારી પાસે છે જ. તમે કોઈ ચિંતા ન કરો. અને લક્ષ્મી ચાંદલો કરવા આવે ત્યારે વિચાર કરવા કે મોં ધોવા ન બેસાય. એ બધાની શિખામણને અનુસરી મીરાનાં લગ્ન જલદી-જલદી થઈ ગયાં. છોકરો માસીનો જાણીતો હતો તેથી બીજી કોઈ તપાસ કરવાની હતી નહીં. અને તપાસ કરી-કરીને બીજી કેટલી કરે ? ક્યાં કરે ? કેમ કરે ? દીકરીના નસીબમાં રાજરાણીનું સુખ લખાયેલ હશે તો જ આવું રૂપ આપ્યું હશે ને ? બીજી બધી છોકરીઓ સામાન્ય દેખાવની હતી. જ્યારે મીરાની તો વાત જ જુદી.

લગ્નને બીજે દિવસે જ અંગદને જવું પડે તેમ હતું. મીરાનાં કાગળિયાંને થોડો સમય લાગે તેમ હતું. એટલો સમય મીરા સાસરે અને પિયર બંને જગ્યાએ આવતી-જતી રહી. સાસરામાં વૃદ્ધ સાસુ, સસરા સિવાય બીજું કોઈ નહોતું. મીરાના કાગળો પણ ધાર્યા કરતાં જલદીથી થઈ ગયા. અંગદે બધી જરૂરી વિધિ ઝડપથી પતાવી અને ટિકિટ મોકલી આપી. અને આજે ?

આજે મીરા ખરેખર પ્લેનમાં ઊડી રહી હતી. મીરાની બંધ

આંખોમાં પહેલી વાર અઢળક સમણાં અંજાયાં હતાં.

શિકાગોના ઓ હેર ઍરપોર્ટ પર અંગદ તેને લેવા આવ્યો હતો ત્યારે તેની સાથે તેની ગોરી ફ્રેંડ મેરિયન પણ હતી. અંગદે મીરા સાથે તેની ઓળખાણ કરાવી. અહીં તો આ બધું સામાન્ય હોય એમ મીરાએ સાંભળ્યું હતું. તેથી હસીને મેરિયન સાથે હાથ મિલાવ્યા. જોકે મીરાને જોઈ મેરિયન થોડી ડઘાઈ જરૂર ગઈ હતી, કદાચ મીરાના સૌંદર્યથી તે અભિભૂત બની હતી.

ડ્રાઇવ કરી ત્રણે ઘેર આવ્યાં. નવી વહુનું સ્વાગત તો અહીં કોણ કરે ?

ત્રણે બેઠાં. મેરિયન ખાસ કશું બોલી નહીં. અંગદે થોડી ઔપચારિક વાતો કરી. મીરાને એમાં ઉષ્માનો અભાવ જણાયો, પણ કદાચ મેરિયનની - કોઈ ત્રીજી વ્યક્તિની હાજરીને લીધે હશે એમ મન મનાવ્યું. ત્રણે સાથે જમ્યાં. પછી અંગદે ઘર બતાવ્યું.

'મીરા, આ તારો રૂમ.'

મીરા તેની સામે જોઈ રહી.

તેની આંખનો પ્રશ્ન સમજી અંગદ સમજ્યો. સ્પષ્ટતા કરવાની ઘડી આવી ચૂકી હતી.

'જો, મીરા, આ મેરિયન મારી મિત્ર નહીં મારો પ્રેમ છે. એક વરસથી અમે સાથે જ રહીએ છીએ. તને આઘાત લાગશે એ મને ખબર છે, પણ મારી મજબૂરી હતી. મારાં માતા-પિતા માન્યાં નહીં. ભારતીય છોકરી સાથે લગ્ન કરું તો જ મને તેમની અઢળક સંપત્તિ મળે તેમ તેમની શરત હતી. જેથી મારે લગ્ન કરવાં પડ્યાં. મેરિયન વિશે તેમને કોઈ જાણ નથી. આમ તો મારે તને આજે પહેલે દિવસે જ આવી વાત નહોતી કરવી, પરંતુ મેરિયનનો આગ્રહ હતો કે બધી ચોખવટ આજે જ થવી જોઈએ. તેથી. સૉરી પણ મારી પાસે બીજો

44 આઇ એમ શ્યૉર

કોઈ ઉપાય નહોતો.'

મેરિયન સામે બેસીને બધું સાંભળી રહી હતી. અંગદ સાથે રહીને તે ગુજરાતી સમજતી થઈ ગઈ હતી. અને ભાંગ્યું-તૂટ્યું બોલી પણ લેતી હતી. તે મીરા સામે જોઈ રહી. હવે શું કરશે આ છોકરી ?

થોડી ક્ષણો મૌન પસાર થઈ. મીરા એમ જ બેસી રહી. અંદર વાવાઝોડું કે ધરતીકંપ ? મોટે મોટેથી રડવાનું મન થઈ આવ્યું. શૈશવમાં ભેંકડો તાણીને રડતી હતી, પછી મા આવીને વહાલ કરતી હતી; પણ ભેંકડો તાણ્યા પછી અહીં વહાલ કરવાવાળું ક્યાં ? વહાલ કરનાર પોતે જ પાણીમાં બેસી ગયો હતો. જે સત્ય હતું તે સામે હતું. પૈસા માટે આ માણસે પોતાની જિંદગી દાવ પર લગાડી દીધી હતી. તેના હોઠ ભિડાયા. ચહેરા પર એક મક્કમતા. રડવાનો કોઈ અર્થ ન દેખાયો. પોતાની વ્યક્તિ પાસે હોય તો આંસુ સારવાનો કોઈક અર્થ પણ ખરો, પરંતુ અહીં કોણ પોતાનું હતું ? જેને પોતાનો માનીને આવી હતી તે તો એક જ ક્ષણમાં પરાયો.

બે-ચાર પળ મૌન રહ્યા પછી તેણે પૂછ્યું,

'હવે મારે શું કરવાનું છે ? મારી પાસેથી તમારી શી અપેક્ષા છે ?'

'જો મીરા, હું એવો ખરાબ છોકરો નથી. તને દુઃખ દેવાનો મારો કોઈ ઇરાદો નથી. અને ભારતીય હોવાથી હું જાણું છું કે આનાથી વધુ મોટું દુઃખ તારે માટે બીજું કોઈ હોઈ ન શકે. એ માટે મને માફ કરી દેજે, પણ હું મેરિયનને પ્રેમ કરું છું. મારાં માતા-પિતા બહુ વૃદ્ધ છે અને હવે વધારે કાઢે તેમ નથી. તેઓ જીવે છે ત્યાં સુધી તું પાછી નહીં જઈ શકે. એ પછી તું સ્વતંત્ર અને હા, આપણી વચ્ચે પતિ-પત્નીનો કોઈ સંબંધ નહીં રહે.

અને લગ્ન પછીની એ એક રાતનું શું ? મીરાના મનમાં પ્રશ્ન

ઊગ્યો, પણ તે મૌન રહી.

'હા, અહીં તને કોઈ દુઃખ નહીં પડે. તું તારી ઇચ્છા મુજબ રહી શકે છે. ઘરમાં અમે બંને હઈશું. મેરિયન પાસે કોઈ અલગ ઘર નથી. તે મારી સાથે જ રહે છે.'

બે-પાંચ મિનિટના મૌન પછી મીરા અચાનક ખડખડાટ હસી પડી.

અંગદ બાઘાની જેમ તેની સામે જોઈ રહ્યો. રડવાની આ પળે આ સ્ત્રી હસે છે ? ગાંડી તો નથી ને ?

તેણે તો વિચારેલું કે મેરિયનની જાણ થતાં જ મીરા રોશે-ધોશે પોતાને ખૂબ ગાળો આપશે, ટીપીકલ ભારતીય સ્ત્રીની માફક; પણ આ તો જાણે કોઈ અસર જ નથી.

મેરિયન પણ તેની સામે જોઈ રહી હતી.

મીરાએ ઊઠીને અંગદને અભિનંદન આપ્યાં.

'હસવું કેમ આવ્યું ?' બાઘા જેવા બની ગયેલ અંગદે પૂછ્યું,

'અરે, તેં તો મારો પ્રૉબ્લેમ સોલ્વ કરી નાખ્યો.'

'એટલે ?'

'એટલે એમ જ કે આ લગ્ન મારી ઇચ્છાથી પણ નહોતાં થયાં. અમારી ગરીબીની મજબૂરીને લીધે મારે કરવાં પડ્યાં. મને માધવ સાથે પ્રેમ હતો અને છે, પરંતુ માધવ હજુ આગળ ભણે છે. તે પગભર ન થાય ત્યાં સુધી લગ્ન કરી શકાય તેવા અમારા સંજોગો નહોતા. અમારી જ્ઞાતિ અલગ હોવાથી મારા કે તેનાં મમ્મી, પપ્પા અમને સ્વીકારી શકે તેમ નહોતાં. તેથી અમારે બે વરસ રાહ જોવાની હતી. હું ક્યારેય તને દિલથી ચાહી ન શકત, પરંતુ હવે મારી મૂંઝવણ તેં દૂર કરી દીધી. થેંક્સ અંગદ, આ તો "આવ ભાઈ હરખા, આપણે બેઉ સરખા" જેવો ઘાટ થયો.'

'ઓહ ખરેખર ? તું સાચું કહે છે ?' આઘાતથી અંગદે પૂછ્યું.

'કેમ કોઈ શંકા લાગે છે ? નહીંતર પતિની આવી વાત પહેલે જ દિવસે સાંભળીને કઈ પત્ની રડ્યા સિવાય રહી શકે ?'

'ઓ.કે. થેંક ગોડ... ચાલ, આપણા બંનેનો પ્રૉબ્લેમ સોલ્વ.'

અંગદે કહ્યું તો ખરું, પણ તેના સ્વરમાં રણકો નહોતો.

મેરિયનને થોડી શાંતિ થઈ. રોયાધોયા વિના શાંતિથી, સહજતાથી વાત પતી ગઈ. અંગદે તેને બીવડાવી હતી કે ભારતીય સ્ત્રીને રોવા-ધોવામાં કોઈ ન પહોંચી શકે. મીરાને જ્યારે પોતાની આ વાતની જાણ થશે ત્યારે તે આસાનીથી નહીં જ સ્વીકારી શકે ત્યારે થોડો સમય પોતાને કશુંક સમાધાન કરવું પણ પડે.

આવી કેટલીયે વાતો અંગદે કહી હતી, પણ અહીં તો તેને બદલે વાત ઊલટી નીકળી. મેરિયને એક હાશકારો અનુભવ્યો. હવે ઘરમાં કોઈ ડ્રામા તો નહીં થાય. અને મીરા પોતાની જાતે થોડા સમયમાં ઘરમાંથી ચાલી જશે એનાથી સારી વાત બીજી કઈ હોઈ શકે ?

મીરાની વાતથી બધાનો પ્રૉબ્લેમ આસાનીથી સોલ્વ થઈ શક્યો. અને એક જ ઘરમાં "પતિ, પત્ની અને વો"ની જિંદગી શરૂ થઈ.

સવારે મેરિયન અને અંગદ બંને નોકરીએ નીકળી જતાં. મીરા બધા માટે રસોઈ બનાવતી. ઘરનું કામ કરતી. પહેલાં પંદર દિવસ તો બધું બરાબર ચાલ્યું. મીરા અહીંના વાતાવરણથી ધીમે-ધીમે ટેવાતી ગઈ. હોશિયાર તો તે પહેલેથી જ હતી. તેથી ખાસ કોઈ વાંધો ન આવ્યો.

આજે સાંજે અંગદ અને મેરિયન આવ્યાં ત્યારે રસોઈ નહોતી બની.

'સૉરી, અંગદ, આજે મને ખાસ ભૂખ નહોતી તેથી કશું બનાવ્યું નથી. રોજ તો મારે માટે બનાવતી હતી તેથી સાથે-સાથે તમારે માટે પણ બનાવી નાખતી હતી.'

'એટલે ? આજે શું અમારે બનાવવાનું છે ?'

'કેમ, મારા આવ્યા પહેલાં તમે બનાવતાં જ હશો ને ?'

'હા, પણ એ તો ત્યારે ઘરમાં કોઈ હતું નહીં તેથી.'

'તો હજુ પણ એમ જ માની લો ને.'

'કેમ, હવે તું છે ને ?'

અંગદે કહ્યું.

'હું કંઈ તમારી રસોયણ થોડી છું ?'

'અહીં રહેવું હોય તો બધું કરવું પડે.' મેરિયને જવાબ આપ્યો.

'તો મારે અહીં રહેવાની કોઈ જરૂર નથી. અંગદ, હું દેશમાં પાછી ચાલી જઈશ. બધાને સાચી વાતની જાણ થાય તેમાં મને કોઈ વાંધો નથી.'

પણ અંગદ એ સ્વીકારી શકે તેમ ક્યાં હતો ? માતા-પિતાનો ભ્રમ અકબંધ રાખવાનો હતો.

'ઓ.કે. તારે જેમ કરવું હોય તેમ કરજે.'

થોડા ગુસ્સાથી અંગદે જવાબ આપ્યો.

જોકે બીજે દિવસે અંગદ અને મેરિયન આવ્યાં ત્યારે મીરાએ સરસ રસોઈ બનાવી રાખી હતી. અંગદને આશ્ચર્ય થયું. પૂછતાં જવાબ મળ્યો,

'ઓહ, અંગદ આજે હું ખૂબ ખુશ છું. તેથી મને થયું કે ચાલો, એની ખુશાલીમાં આજે તમને બંનેને પણ સરસ જમાડું.'

'કઈ ખુશાલી ?'

'આજે માધવ અહીં આવી ગયો છે. કાલે મને મળવા પણ આવવાનો છે. આઇ ઍમ સો હેપી ટુડે. હવે બે વરસને બદલે ટૂંક સમયમાં અમારો પ્રૉબ્લેમ સોલ્વ થઈ જશે.'

વાત આગળ ચાલે ત્યાં મીરાનો ફોન રણક્યો.

'યેસ, માધવ, વેઇટ એક મિનિટ.'

'અંગદ, તમે બંને જમી લો. માધવનો ફોન છે. અમારી વાત તો લાંબી ચાલશે.'

કહી ખુશખુશાલ થતી મીરા પોતાના રૂમમાં ગઈ.

પોતાની ભાવતી વસ્તુઓ બની હોવા છતાં અંગદને જમવામાં મજા ન આવી.

તેનું ધ્યાન અંદરથી મીરાના ખડખડાટ હસવાના અવાજ પર વધારે હતું.

મેરિયને એકાદ-બે વાર ટકોર કરી. અંગદની બેચેનીનું કારણ તે સમજી ન શકી.

બીજે દિવસે મીરાએ ઘરની બીજી ચાવી અંગદને આપતાં કહ્યું, 'આ એક ચાવી તમારી પાસે પણ રાખો. કદાચ તમે આવો ત્યારે હું હજુ આવી ન હોઉં તો તમને કામ લાગે.'

'કેમ, તું ક્યાં જવાની છે ?'

'કેમ ? કાલે કહ્યું તો હતું કે માધવ અહીં આવ્યો છે. તેની સાથે બહાર જવાની છું. માધવ મને લેવા આવવાનો છે. અંગદ, કેટલા સમય પછી અમે નિરાંતે મળી શકીશું. અમે તો હવે આ જનમમાં મળાશે એવી આશા જ છોડી દીધી હતી. થેંક ગૉડ તારા જીવનમાં મેરિયન છે નહીંતર અમારા પ્રેમનું શું થાત ? માધવ બિચારો તો મારા વિના.'

'તને શરમ નથી આવતી મારી સામે - તારા પતિ સામે પ્રેમીની વાત કરતાં ?'

'પતિ ?'

ખડખડાટ હસતાં મીરાએ કહ્યું, 'આપણાં લગ્ન તો એક નાટક હતાં... તેં જ તો કહ્યું હતું. પછી પતિ કે પત્નીનો સવાલ જ ક્યાં આવે છે ? મેરિયન એમ આઈ રાઇટ ?'

'યા રાઇટ ઇટ્સ ક્વાઇટ ઓ.કે. ફાઈન નાઉ કમ ઓન, અંગદ વી આર ગેટિંગ લેઇટ.'

અંગદનો હાથ ખેંચતી મેરિયન બોલી.

તે સાંજે અંગદ આવ્યો ત્યારે મીરા ઘરમાં નહોતી. અંગદને કશુંક ખૂંચ્યું. શું ? તે સમજાયું નહીં. આજે મેરિયન સાથે પણ તે સરખી રીતે વાત ન કરી શક્યો. મેરિયન ગુસ્સે થઈને અંદર ચાલી ગઈ.

મીરા આવી ત્યારે ખાસ્સું મોડું થઈ ગયેલું. અંગદ તેનો ખુશખુશાલ ચહેરો જોઈ જ રહ્યો.

'અત્યારે કેટલા વાગ્યા છે, કંઈ ભાન છે ?'

'અરે, તું તો જાણે હું તારી પત્ની હોઉં એવી રીતે ખિજાય છે.'

'તે નથી ?'

'છું ?'

'આપણા ઑફિસયલી મૅરેજ થયાં છે એ આટલી જલદી ભૂલી ગઈ ?'

'હા, આપણાં લગ્ન જરૂર થયાં છે... રાધર થયાં હતાં, પણ તારી પત્ની મેરિયન છે હું નથી એ તારે ભૂલવું ન જોઈએ. તેં જ તો પહેલે દિવસે કહ્યું હતું કે આપણી વચ્ચે પતિ-પત્નીનો કોઈ સંબંધ નહીં હોય.'

'આ ઘરમાં રહીને તને મોડી રાત સુધી ગમે ત્યાં રખડવાની છૂટ નથી.'

'તું મારો પતિ નથી અને બીજું હું ગમે ત્યાં રખડતી નથી. માધવ સાથે મારા થનાર પતિ સાથે હતી. બાકી વાત રહી અહીં રહેવાની તો તને વાંધો હોય તો હું અહીંથી ચાલી જવા તૈયાર છું. હું તારા માટે અહીં રહી છું. મારે કોઈ જરૂર નથી. તારાં મા-બાપને જાણ ન થાય માટે અહીં રહેવાનું તેં જ મને કહેલું. છતાં તું કહીશ એ પળે હું અહીંથી ચાલી જઈશ.'

'એટલે તું મને ધમકી આપે છે ?'

'આ સાદીસીધી વાત તને ધમકી લાગે છે ?'

'જો મીરા, મારે તારી સાથે કોઈ ચર્ચા નથી કરવી, પણ તું આમ

મોડી આવે એ મને ગમતું નથી.'

'તને ગમતું કરવું એ મારી ફરજમાં આવે છે એવું તો તું નથી માનતો ને ? મને તો તારી ઘણી વાત નથી ગમતી પણ હું ક્યારેય એક શબ્દ બોલી ?'

'તું બોલી શકે છે.'

'એવો કોઈ હક્ક તેં મારી પાસે રહેવા નથી દીધો. હવે મહેરબાની કરીને અંદર તારા રૂમમાં જા. નકામી મેરિયનને મનાવવી અઘરી થશે. હું યે થાકી ગઈ છું. ગુડનાઇટ.'

અને મીરા સડસડાટ પોતાના રૂમમાં...

અંગદ બે-ચાર ક્ષણ ત્યાં જ ઊભો રહ્યો. પછી પરાણે અંદર ગયો. એમ જ થોડા દિવસો વીત્યા.

મીરા બદલાઈ છે. હવે તે મોટે ભાગે માધવ સાથે બહાર રહે છે.

મેરિયન ગુસ્સે થતી રહે છે. તેને અંગદ બદલાયેલો લાગે છે.

અંગદને પોતાને ખબર નથી પડતી કે તેને શું થાય છે. મીરા ક્યારે આવે છે, ક્યારે જાય છે એની જાસૂસી કરતો રહે છે. ક્યારેક મીરા સાથે બોલાચાલી થઈ જાય છે, પણ મીરા એમ દાદ આપે એમ ક્યાં છે ? તે તો માધવ સાથે સાતમા આસમાને...

આજે માધવ મીરાને ઘેર આવ્યો હતો.

અંગદના આવતાંની સાથે જ મીરાએ ઓળખાણ કરાવી.

'અંગદ, આ માધવ.'

અંગદ કશું બોલ્યો નહીં. ફક્ત તેને નીરખી રહ્યો.

'માધવ ચાલ, અંદર મારા રૂમમાં બેસીએ.'

માધવ ઊભો થઈને મીરાના રૂમમાં ગયો. આખી રાત માધવ ત્યાં જ રોકાયો. બીજે દિવસે સવારે માધવ ગયો. તેને બાય કરીને

મીરા અંદર આવી ત્યારે અંગદ ઊકળી પડ્યો.

'આ શું માંડ્યું છે તેં ?'

'કેમ શું થયું ?'

'પાછી નિર્દોષ થઈને અજાણ્યાની જેમ પૂછે છે કે શું થયું ?'

'અરે, પણ મને ખરેખર ખબર નથી કે શું થયું ?'

'તારા રૂમમાં આખી રાત કોઈ અજાણ્યો પુરુષ રોકાય ને તું ?'

'અરે, માધવ કંઈ અજાણ્યો થોડો જ છે ? એ મારો થનાર પતિ છે.'

'હજુ થયો નથી. અત્યારે હું તારો પતિ છું.'

'સૉરી, તું મેરિયનનો પતિ છે.'

'ભાડમાં જાય મેરિયન તે કંઈ મારી પત્ની થોડી જ છે ?'

'નથી ? તેં તો મને કહ્યું હતું.'

'અમે લગ્ન કરવાનાં હતાં હજુ કર્યાં નથી.'

'ઓહ તો તમે લગ્ન કર્યા સિવાય જ. જોકે હું ભૂલી ગઈ આ તો અમેરિકા છે. અહીં બધું ચાલે. તો હવે ક્યારે લગ્ન કરો છો ?'

અંગદ ચૂપચાપ તેની સામે જોઈ રહ્યો.

'મીરા, યાદ છે લગ્ન પછી આપણે એક રાત સાથે ગાળી હતી ?'

અંગદના અવાજમાં એક ઋજુતા ક્યાંથી આવીને બેસી ગઈ હતી !

'હા, એ કમનસીબ રાત કેમ ભૂલી શકું ?'

'કમનસીબ ?'

મીરા ચૂપચાપ અંગદ સામે જોઈ રહી.

'મીરા, સૉરી મને લાગે છે મેં ક્યાંક ભૂલ કરી છે.'

'અંગદ, હવે એ બધી ચર્ચાનો કોઈ અર્થ ખરો ?'

'તું ધાર તો હજુ ઘણો અર્થ છે.'

'કેવી રીતે ? હું સાંભળું તો ખરી.'

આઇ એમ શ્યોર

'મીરા, મારી મંજિલ મેરિયન નથી. એ મારા જીવનની એક ભૂલ હતી એમ કહું તો ?'

'અંગદ, જીવનમાં દરેક ભૂલો સુધારી શકાય તેવી નથી હોતી. આપણે પોઇંટ ઑફ નો રિટર્ન પર આવી ગયાં છીએ.'

'મીરા. પ્લીઝ મને એક મોકો આપ.'

'એટલે હું માધવનો દ્રોહ કરું ?'

'મીરા, તું ગમે તે કહે પણ આપણાં લગ્ન થયાં છે. અનેક લોકોની હાજરીમાં પવિત્ર અગ્નિની સાક્ષીએ આપણે ફેરા ફર્યાં છીએ. એકબીજાને સાથે નિભાવવાના વચનો દીધાં છે. સુહાગરાત મનાવી છે એ બધું ભૂલી કેમ શકાય ?'

'એ બધું આજે યાદ આવ્યું ?'

'એક વાર કહ્યું ને એ મારી ભૂલ હતી. અને ભૂલ સુધારી પણ શકાય ને ?'

'એ તારી માન્યતા છે. બોલ, કઈ રીતે સુધારીશ તું ભૂલ ? તારા રૂમમાં તારી રાહ જોઈને બેસેલી મેરિયનને શો જવાબ આપીશ તું ?'

'મેરિયનને કંઈ હું એક જ નથી. એને મારા જેવા મિત્રોનો કોઈ તૂટો ક્યાં છે ?'

'ઓહ એમ વાત છે એટલે.'

'ના, એટલે નહીં, મીરા, પણ મને લાગે છે કે હું તને ચાહું છું. પ્રેમ કરું છું.'

'હમણાં જાણ થઈ ?'

'કદાચ હા. હમણાં હવે જ એની પ્રતીતિ થઈ. તને માધવ સાથે હું જોઈ નથી શકતો. મારી પત્ની કોઈ સાથે ફરતી હોય એવી ફીલિંગ્સ.'

અંગદ વાક્ય પૂરું ન કરી શક્યો. તેનો અવાજ ગળગળો થઈ ગયો.

'અંગદ, એ પ્રેમ નથી. પુરુષસહજ ઈર્ષ્યા છે.'

'તું જે માને તે પણ મીરા, આજથી મારી જિંદગીમાં તારા સિવાય અન્ય કોઈનું સ્થાન નહીં હોય.'

'પણ મારો પ્રેમ માધવ છે. એનું શું ?'

'આપણાં લગ્ન તો થઈ જ ગયાં હતાં ને ? મેરિયન ન હોત તો તું મારી પત્નીની માફક રહેવાની જ હતી ને ? તો માધવને તું ભૂલવાની જ હતી ને ?'

'પણ વચ્ચે આ બધાં 'તો' છે એનું શું ?'

'પ્લીઝ ફરગેટ ઇટ... ફરગેટ એવરીથિંગ.'

'જોઈશ મને વિચારવાનો સમય જોઈએ. જોકે મેરિયન ઘરમાં હોય ત્યાં સુધી તો વિચારવાનો કોઈ સવાલ જ નથી.'

'એ બધું મારા ઉપર છોડી દે. આમ પણ મેરિયન એકાદ-બે મહિનામાં મને છોડી જ દેવાની હતી. તેનો પહેલાનો બોયફ્રેંડ પાછો આવી ગયો છે. હવે તે મારા કરતાં તેની સાથે જ વધારે હોય છે.'

'ઓહ ! એટલે મારા ઉપર પ્રેમ ઊભરાઈ આવ્યો છે ?'

'ના, ના મીરા, એવું નથી. મને ખરેખર મારી ભૂલ સમજાણી છે.'

'ઓ.કે. લેટ્સ સી. હું માધવને ભૂલી શકું તેમ છું કે નહીં એ આ ક્ષણે તો ખબર નથી. પછી વાત કરીશું. મારે માધવ સાથે પણ વાત કરવી પડે. એ બિચારો તો વગર વાંકે દંડાય ને ?'

બે દિવસ પછી મેરિયને આ ઘરમાંથી હંમેશ માટે વિદાય લીધી.

'મીરા, હવે ? તેં વિચાર કર્યો ?'

'હું તને કાલે જવાબ આપીશ.'

બીજે દિવસે તેને મીરાનો જવાબ મળી ગયો. જવાબ રૂપે હતો એક પત્ર.

'અંગદ, સૉરી પણ હું જાઉં છું હંમેશ માટે. ક્યાં ? એ જાણવાનો

તને કોઈ હક્ક નથી અને મારી એવી કોઈ ફરજ છે એવું હું માનતી નથી.

હા, જતાં જતાં એક વાત.

મારી જિંદગીમાં ક્યારેય કોઈ માધવ નહોતો. અનેક સપનાંઓ આંખમાં ભરીને તારે ઘેર હું આવી હતી. મારા હૈયામાં અંગદ સિવાય કોઈનું દૂર દૂર સુધી અસ્તિત્વ નહોતું, પરંતુ તેં આપેલ આઘાતે આંસુને બદલે એક કલ્પિત માધવનું સર્જન કર્યું. બસ એટલું જ.

તેં જોયેલ માધવ હકીકતે મારો દૂરનો કઝીન હતો. તે અહીં અમેરિકામાં હતો. તેની મદદ મને મળી રહી. અમારા નાટકમાં અમે સફળ થયાં.

અંગદ, જીવનમાં બધી ભૂલો સુધારી શકાય તેવી નથી હોતી. આપી શકીશ તું મારું કૌમાર્ય પાછું ? એ રાતે એક સ્ત્રીએ પૂરી શ્રદ્ધાથી પોતાના પતિને પોતાનું સર્વસ્વ અર્પણ કર્યું હતું એ શ્રદ્ધાનું તૂટવું એટલે શું ? એ સમજી શકીશ ક્યારેય ? સમગ્ર અસ્તિત્વમાંથી ઉઠેલા એક ચિત્કારને ક્યારેય તું સાંભળી શક્યો ? અને એક બીજો પ્રશ્ન - આવી કોઈ ભૂલ મેં કરી હોત તો ?

આવી કેટકેટલી મીરાઓ સમાજમાં હશે તે ખબર નથી. અને દરેક મીરાને કોઈ માધવ નથી મળતો. તારી અને તારા થકી કોઈ પુરુષની આંખ ઊઘડે એ પ્રાર્થના સાથે...

અલવિદા.

અંગદ મૂઢ બની પત્ર સામે તાકી રહ્યો.

('જલારામ દીપ', દીપોત્સવી અંક)

5.

6

ઝૂરાપો એટલે

'આ બાપાયે ખરા છે. એ ધૂળવાળા ગામડાનો મોહ છૂટતો નથી. કહી-કહીને થાકી ગયો... પણ.'

'મને અહીં ન ગમે. ગામ વિના મને બધે ઝૂરાપો લાગે, ત્યાં બધાં આપણાં પોતાનાં હોય.'

એવી રટ લગાવીને બે મહિનામાં બાપુજી ભાગી ગયા. અહીં ન ગમવા જેવું શું હતું ? અને ગામડામાં વળી પોતાનું કોણ છે ? કોનો ઝૂરાપો લાગે છે ? પોતે એક માત્ર દીકરો છે. અહીં આટલી સાયબી છે... શાંતિથી રહ્યા હોત તો ? ત્યાં શું દાટ્યું છે ? સાજા-માંદા થાય તો ત્યાં કોણ ? અને ત્યાં ગામડામાં શી સગવડ મળવાની હતી ? પણ માને કોણ ?

જોકે બાપુજીની જીદથી પોતે ક્યાં અપરિચિત હતો ? અને પોતે પણ તેમનો જ દીકરો હતો ને ? અમેરિકા આવવું હતું તો બાપુજીની ઉપરવટ જઈને પણ આવ્યો જ ને ? અહીં આવવા માટે સીધો અને સહેલો ઉપાય પણ તુરત મળી

ગયેલો. ફટાફટ ગ્રીનકાર્ડવાળી છોકરી સાથે લગ્ન અને સીધો અહીં !

અહીં આવ્યો ત્યારે જ નક્કી કરેલું કે ક્યારેય પાછું વાળીને જોવું નથી. અને તે પાળી બતાવ્યું છે. વતનની ધૂળ, માયા, મમતા, મોહ બધા શબ્દોના અર્થ પાછળ મૂકી દીધા છે. આમ તો બાપુજી પણ કહેતા હોય છે.

'માણસ જ્યાં રહે તે તેનું વતન, બીજું શું ? પાણી જે જમીનમાં વહે છે તેનો રંગ ધારણ કરી જ લે છે ને ? કંઈ પોતાના મૂળને યાદ કરીને થીજી તો નથી જતું ને ? સબ ધરતી ગોપાલકી.'

પોતે બાપુજી જેવી આવી બધી હંબગ વાતો ક્યારેય નથી કરી. અરે, અહીં શું નથી ? જે ધરતીએ આટલી સમૃદ્ધિ આપી, સગવડ આપી એને માણી લેવાની અને પછી એને જ ગાળો દેવાની ? આ પણ એક કૃતઘ્નતા ન કહેવાય ?

અરિજીત એકલો-એકલો જાત સાથે દલીલ કરી રહ્યો હતો કે બાપુજી સાથે ? કોને સમજાવી રહ્યો હતો બાપુજીને કે જાતને ?

જે હોય તે પણ અરિજીત ખુશ હતો. સ્વિચ દબાવતાં અહીં બધું હાજર... નાહક ડોલરિયો દેશ કહી બધા વગોવે છે. જાણે ગામડામાં કેમ હીરામોતી ટાંક્યાં હોય ! ધૂળ ને ઢેફાં બીજું છે શું ? દિવસમાં દસ વાર લાઇટ જાય. પાણી આવે કે ન આવે, ગટરો ઊભરાતી હોય, આંગણામાં કચરાના ઢગલા, મરજી પડે ત્યાં પાનની પિચકારીઓ અને ગુટકાનાં પાઉચ ફેંકાયેલ હોય અને ઓટલે બેસી ગામ આખાની પંચાત, નિંદા અને ગામગપાટામાં સમયનો બગાડ જ કે બીજું કશું ? અરિજીતે એકલા-એકલા મોં બગાડ્યું.

ચોવીસ વરસની ઉંમરે "એના" સાથે લગ્ન કરીને અહીં આવ્યા પછી અરિજીતે ક્યારેય પાછું ફરીને વતન સામે જોયું નથી. એવા વેવલાવેડામાં સરી પડવાની કુટેવ તેણે રાખી નથી. તેને તો અમેરિકા

રાસ આવી ગયું છે. પુત્ર, પુત્રી બંને હવે મોટાં થઈ ગયાં છે. તેર વરસનો દીકરો અને પંદર વરસની દીકરી... તેમને માટે તો આ જ વતન છે. બંને અમેરિકન કલ્ચર મુજબ જ મોટાં થયાં છે. તેમને માટે વતન શબ્દ પણ સ્વાભાવિક રીતે જ અપરિચિત છે. દીકરો, દીકરી કે પત્ની આ વિશાળ મકાનમાં ક્યારે આવે છે, ક્યારે જાય છે, ક્યાં જાય છે કે કોની સાથે જાય છે – પોતે ક્યારેય પૂછ્યું નથી. વ્યક્તિસ્વાતંત્ર્યનો પૂરો ખ્યાલ છે. ક્યારેક કોઈ ભેગા થઈ જાય તો થેન્ક્યુ, ઓહ સો નાઇસ !, પ્લીઝ ! જેવા શબ્દોની ફેંકાફેંકી થઈ જાય છે. જરૂર પડ્યે પતિ-પત્નીની શારીરિક જરૂરિયાત સંતોષાય છે.

અરિજીતને કોઈ ફરિયાદ નથી. એ ટેવાઈ ગયો છે. બધું સ્વીકારી લીધું છે. સ્વેચ્છાએ અહીંનું કલ્ચર આત્મસાત કરી લીધું છે. કોઈ વસવસો નથી. પોતે ખુશ છે. જે મન થાય તે કરે છે. ખાય છે, પીએ છે, હરે છે - ફરે છે, જલસા કરે છે, કોઈને જવાબ આપવા ક્યાં બંધાયેલો છે ? તેને હસવું આવી ગયું : અરે, કોઈ પૂછવાવાળું જ ક્યાં છે ? જવાબ માગવાની ફુરસદ કોને છે ? વીકએન્ડમાં બધાં પોતપોતાના પ્રોગ્રામમાં બીઝી હોય છે. એનાના મિત્રોનો પણ પાર નથી. અરિજીતને મિત્રો તો છે, પણ એ થોડો આળસુ છે. શનિ, રવિ મોટા ભાગે એ ઘેર જ પડ્યો રહે છે. પલંગ, ટી. વી, અને ક્યારેક કોઈ થ્રીલર નોવેલ... સિગારેટના વણથંભ્યા ધુમાડામાં સમય સરતો રહે છે. ભૂખ, તરસ લાગે ત્યારે ફ્રીજ, ઓવન હાજર છે. માઇક્રોવેવમાં ગરમ કરીને ખાઈ લે છે. ગાંધીજીથી બિલકુલ અપરિચિત આ ઘરમાં ગાંધીજીના પૂર્ણસ્વાતંત્ર્યનો ઠરાવ કોઈ ચર્ચા વિના જ પસાર થયેલો છે. કોઈને કશી ફરિયાદ નથી. ફરિયાદ માટે પણ સમય જ ક્યાં છે ? સહુ મસ્ત છે પોતપોતામાં.

પરંતુ આ બાપા જોને અંતે છેલ્લે સુધી ન માન્યા તે ન જ માન્યા.

અરિજીતના મનમાં આજે એ જ વાત ફરી-ફરીને ત્યાં જ આવીને કેમ અટકી જાય છે ? સિગારેટના ધુમાડાના ગોટામાં બાપુજીનો કરચલીવાળો ચહેરો કેમ દેખાઈ રહ્યો છે ? જાડા કાચનાં ચશ્માંમાંથી બાપુજીની આંખો પોતાને સ્નેહથી નીરખી રહી હોય તેવો કેમ ભાસ થાય છે ? બાપુજીને સાથે રાખવાની, આ સમૃદ્ધિથી છલકાવી દેવાની પોતાને કેટલી હોંશ હતી ! પણ તેમને તો ન જાણે કઈ વસ્તુનો ઝૂરાપો વળગ્યો હતો ? ન જ રોકાયા. અંતે મરી ગયા પછી ફોન આવ્યો પણ પછી પોતે જઈને કરેયે શું ? ફ્યુનરલના ખર્ચા માટે ડૉલર મોકલી દીધા હતા. પાડોશના જેંતીકાકા આમ પણ બાપુજીનું ધ્યાન રાખતા હતા.

'તું નહીં આવે ભાઈ ?' જેન્તીકાકાના ગળગળા શબ્દોના જવાબમાં પોતાના શબ્દો બહુ સ્પષ્ટ હતા, 'હવે મારું શું કામ છે ? તમારા રિવાજ મુજબ તમને જે ઠીક લાગતું હોય તે કરજો. પૈસાની ચિંતા કરવાની જરૂર નથી.'

જેંતીકાકા કહેતા હતા કે 'રિવાજ તો દીકરાની હાથે પિતાના અગ્નિસંસ્કાર થાય તેવો છે, પણ...' અને કાકાએ વાક્ય અધૂરું જ રાખેલું.

અરિજીતે કોઈ જવાબ ન દીધો. આવી અર્થહીન વાતોનો શો જવાબ આપે ? અરિજીત તરફથી કશો જવાબ ન મળવાથી અંતે કાકાએ આગળ પૂછેલું,

'હવે ગામના તારા ઘરનું શું કરવું છે ?'

'કાકા, તમારે તેનું જે કરવું હોય તે કરવાની છૂટ છે. મને ઘર કે એના પૈસા કોઈમાં કશો રસ નથી.'

'પણ ભાઈ, એક વાર આવી જા તો મનેયે કંઈક સમજ પડે.'

'કાકા, એક વાર કહ્યું ને તમે જે કરો તે મને મંજૂર છે. મને

જાણવામાં પણ રસ નથી. મારી સહીની ક્યાંય જરૂર હોય તો કાગળિયા મોકલાવી આપજો. તમે કહેશો ત્યાં આંખ મીંચી હું સહી કરી આપીશ.'

એ વાતને બે મહિના થઈ ગયા. કાકાનો કદી ફોન આવ્યો નથી. અને અરિજીતે કશું પૂછ્યું નથી, જાણવાની કોઈ દરકાર કરી નથી. એવો સમય ક્યાં છે ?

જોકે હમણાં તો તેની પાસે પૂરતો સમય છે. ચાર દિવસથી તેને સખત તાવ છે. ઘરમાં કોઈને ખાસ જાણ નથી. એનાને રાત્રે કહ્યું હતું તો...

'ઓહ જીત યુ ટેઈક સમ મેડિસિન ઓર ગો ટુ હૉસ્પિટલ. આઇ ઍમ નોટ ડૉક્ટર અને આમ પણ કાલે મારે મિસ્ટર સ્મિથ સાથે લંચ છે. સૉરી ડાર્લિંગ.'

અને બગાસું ખાતી એના પડખું ફરી સૂઈ ગઈ હતી.

સવારે 'ટેઈક કેર, ઓ.કે., બાય, ગેટ વેલ સૂન.'

કહી ફૂલનો બંચ મૂકી તે ભાગી. તેને લેઇટ થતું હતું. દીકરી, દીકરો તો વહેલી સવારે જ ક્યાંક ચાલી ગયાં હતાં. બપોરે અરિજીતને તાવ વધારે ચડ્યો. શરીર આખું ધ્રૂજતું હતું. તે હૉસ્પિટલે માંડ-માંડ પહોંચ્યો.

અને હવે વૉર્ડમાં આંખો બંધ કરી તાવના ઘેનમાં એકલોઅટૂલો સૂતો હતો. તરફડતો હતો.

ના, ના, એકલો ક્યાં હતો ? બાપુજીના શબ્દો આ સંભળાયા.

'જરા વાર તું સૂઈ જા. હું પોતાં મૂકું છું. કાલે પણ તું આખી રાત સૂઈ નથી.'

દસ વરસના અરિજીતના ધીખતા કપાળ પર સતત પોતા મૂકતી બાને બાપુજી ક્યારના કહી રહ્યા હતા, પણ બા માનતી નહોતી. અરિજીતના ફિક્કા બની ગયેલ ચહેરા પર આજે વરસો પછી પણ

સ્મિતની લહેરખી અનાયાસે ફરી વળી. બા બાજુમાં છે. બાપુજી છે. હાશ ! હવે શાંતિ. આરામથી સૂવાશે. ક્યારેય પોતે કોઈને કહ્યું નથી, ફરિયાદ કરી નથી પણ પોતે હવે અંદરથી બહુ થાકી ગયો છે !

અરિજીતે આંખો મીંચી. ત્યાં તો બા, બાપુજી હાજર.

'ના, ના, આખો દિવસ તો તમે જ પોતાં મૂક્યાં છે. હવે થોડી વાર આરામ કરો. હું છું ને ?'

'બેટા, આ બે ચમચી મોસંબીનો જ્યૂસ પી લે. સારું લાગશે.' બાપુજી જાતે જ્યૂસ કાઢી પુત્રને પિવડાવવાની માથાકૂટ કરી રહ્યા હતા.

અરિજીતનો હાથ આ ક્ષણે પણ અનાયાસે લંબાયો, પણ... !

છ દિવસ સુધી બા-બાપુજી કોઈ અરિજીત પાસેથી આઘું નહોતું ખસ્યું.

'તમારે કામ હોય તો થોડી વાર દુકાને જઈ આવો. આજે તો અરિજીતને થોડું સારું છે. અને હું અહીં જ બેઠી છું.'

'ના, ના, દુકાને જઈશ તોપણ મારો જીવ અહીં જ રહેશે, દુકાન કંઈ અરિથી વધારે થોડી છે ? એવી તો કૈંક કમાણી દીકરા પર ઓળઘોળ છે.'

'ઓહ ડેડ, વી હેવ નો ટાઈમ. યુ ટેક રેસ્ટ. અમે અહીં બેસીને શું કરીએ ? વી આર નોટ ડૉક્ટર. ઓ.કે. બાય.'

આ કયા શબ્દો ભેળસેળ થઈ રહ્યા હતા અરિજીતના કાનમાં ?

અને તાવ ઊતર્યા પછી ઉનાળાના તાપમાં ખુલ્લા પગે માતાજીની દેરીએ માનતા પૂરી કરવા જતી મા.

નાનકડા અરિજીતને સાથે લઈ તેના હાથે બાલાશ્રમના બાળકોને ભોજન કરાવતા પિતાજી !

તાવ ઊતર્યા પછી પણ અરિજીતની ચિંતા કરતાં મા-બાપ ક્યારેય નહીં ને આજે કેમ દેખાતાં હતાં ? પોતે તો બધું પાછળ મૂકીને આવ્યો

હતો. અતીતના આયનામાં ક્યારેય ઝાંખવાની કોશિશ પણ ક્યાં કરી હતી ? છતાં આજે ?

આજે બાપુજી હોત તો પોતાને માંદો જોઈને શું કરત ? આજે આટલાં વરસે આ કઈ ઝંખના અંતરમાં જાગી હતી ?

અરિજીતની આંખો આપોઆપ ભીની બની રહી. ધૂંધળી બનેલી એ નજર આરપાર દેખાતો હતો બાપુજીનો કરચલીવાળો ચહેરો અને કાનમાં ગૂંજી રહ્યા હતા બાપુજીના શબ્દો...

"ગામ વિના મને બધે ઝૂરાપો લાગે."

ઝૂરાપો એટલે શું એ આ ક્ષણે તેને સમજાઈ રહ્યું હતું કે શું ?

('અખંડ આનંદ', જૂન, 2010)

'તારી આ ગાંડીઘેલી છોકરીને એક રૂમમાં પૂરીને રાખતી જા. આ જો તેણે શું કર્યું છે ?'

પતિનો ''તારી'' શબ્દ ધગધગતા સીસાની જેમ સુરેખાના કાનમાં રેડાયો.

તેની નજર મીલી પર પડી. મીલીના હાથમાં મિહિરની ડાયરી હતી અને તેણે તેમાં લિટોડા કર્યા હતા. અલબત્ત, લિટોડા તો બીજાની નજરમાં, મીલીએ તો સરસ મજાનાં ચિતર દોરેલાં. ગુસ્સાના આવેશમાં તેનાથી મીલીને એક થપ્પડ લગાવાઈ ગઈ. નાનકડી મીલી થરથર ધ્રૂજતી, ટૂંટિયું વાળીને પલંગ નીચે ઘૂસી ગઈ. ઘરમાં કોઈના પણ ગુસ્સાથી બચવા માટે એની પાસે આ એકમાત્ર હાથવગો ઉપાય. જોકે નિકી હોય ત્યારે તેના ખોળામાં લપાઈ જવાનો વિકલ્પ ખરો પણ નિકી સ્કૂલે ગઈ હોય ત્યારે તો આ એક જ ઉપાય તેને સૂઝતો.

આવું તો અનેક વાર બનતું રહેતું. અલબત્ત, મરાઈ ગયા પછી

7

દીદી
વા'લી વા'લી

એક માની પાંપણે ભીનાં-ભીનાં અદૃશ્ય વાદળો ટિંગાઈ રહેતાં અને છાતીના ઓરડામાં ડૂમાઓ પડઘાઈ ઊઠતા.

સુરેખા કોનો વાંક કાઢે ? મીલી તો સમજ નામના શબ્દથી કોસો દૂર હતી. વાંક કાઢવો જ હોય તો ભગવાન-કુદરત-નસીબ જે કહો તેનો જ અને છતાં ભોગવવાનું કેટકેટલાને ?

એક તો બીજી દીકરી અને તે પણ આવી ! પતિ કે સાસુ કોઈ રીતે એને સ્વીકારી ન શક્યાં.

ક્યારેક કોઈ પાર્ટીમાં...

'તમારે કેટલાં બાળકો ?' તેવા કોઈ પ્રશ્ન વખતે મિહિરનો જવાબ.

'બસ એક પુત્રી નિકી.'

મીલીના અસ્તિત્વનો ધરાર ઇન્કાર થતો રહેતો. સુરેખાનું હૈયું ચીખતું વલોવાતું.

પણ...

આવા તો કેટકેટલા ''પણ'' જીવનમાં જિવાતા રહ્યા છે, જિરવાતા રહ્યા છે... અસ્તિત્વ પર અદૃશ્ય ઉઝરડાઓ પાડતા રહ્યા છે. આવી દીકરીને જન્મ આપવા બદલ એ જ દોષિત હોય તેમ ઘરમાં, કુટુંબમાં, ઓળખીતા-પારખીતા સૌની નજરનો સામનો કરતી સુરેખા કદીક રડી પડતી.

'પુત્રીનો શારીરિક વિકાસ તો બરાબર થશે પણ એના મગજના વિકાસની કોઈ શક્યતા ભવિષ્યમાં પણ નથી.' એવું ડૉક્ટર પાસેથી જાણ્યા પછી તો આ છોકરીથી ક્યારે છુટકારો મળશે ? કદીક એવો વિચાર પણ સુરેખાના મનમાં ધરાર ઊગી જતો. સુરેખા તો સામાન્ય સ્ત્રી. પતિ, સાસુ, કુટુંબ, સમાજ બધાના રોષ સામે ટકવાનું એનું ગજું નહીં. મા કદી હારે જ નહીં, કે થાકે જ નહીં એવું તો વાર્તામાં કે

ફિલ્મોમાં ચાલે, બાકી તો...

મીલી એટલે ખળખળ વહેતું ઝરણું. જોતાં જ ગમી જાય... પરાણે વહાલી લાગે એવી આ મીઠડી દીકરી પર કુદરતનો કેવો અભિશાપ ઊતર્યો હતો, એનું એને પોતાને તો ભાન પણ ક્યાં હતું ?

પણ આ બધા છતાં મીલી નસીબદાર તો ખરી જ. સુરેખા જનેતા હતી, પરંતુ એની મા તો બની એની મોટી બહેન નિકી. મીલીથી ચાર વરસ મોટી. બે વરસની મીલી માટે છ વરસની નિકી જાણે જશોદામા...

બે બહેનો વચ્ચે આ કયો ઋણાનુબંધ પ્રગટ્યો હતો !

સૌની અળખામણી, અબુધ આ નાનકડી બેન માટે છ વરસની નિકીના રૂંવેરૂંવે હેત ઊભરાતું. મીલી સાથે વહાલની રેશમગાંઠે બંધાયેલી નિકી એની સાથે ગાંડીઘેલી વાતો કરતાં કદી થાકતી નહીં. મીલી તેની આ વા'લી વા'લી દીદીને બિલાડીના બચૂળિયાની જેમ ચોંટેલી જ હોય. ભાંગ્યાતૂટ્યા જેટલા શબ્દો તે બોલી શકતી એમાં આ ''દીદી'' શબ્દનું રટણ સતત ચાલુ જ હોય.

નિકી જે કંઈ કરે એ બધું મીલીને કરવું હોય. નિકીની દરેક વસ્તુ પર એનો અબાધિત અધિકાર. નિકીની કોઈ પણ વસ્તુ જોઈને...

''મારું મારું'' કે ''મને મને'' કે પછી ''હું હું'' એવા શબ્દો મીલીના મોંમાંથી અચૂક નીકળે. એકીસાથે બે શબ્દોથી વધારે બોલી શકવા તે સમર્થ નહોતી. આખાં વાક્ય તેનાથી બહુ દૂર હતાં. તેના બે શબ્દો પણ પારકા માટે સમજવા તો અઘરા જ બની રહેતા, પણ નિકી તો શબ્દો વિના પણ મીલીની આંખો વાંચી શકતી. એ મોટી મોટી આંખોમાંથી પોતા માટે નીતરતો અગાધ સ્નેહ તે અનુભવી શકતી

રાત્રે નિકીના પડખામાં ભરાઈને, એને વળગીને જ મીલી સૂઈ શકે. નિકી એટલે મીલી માટે સલામતી-સુરક્ષાનું અભેદ કવચ.

એક વખત નિકી સ્કૂલની ટ્રીપમાં એક દિવસ માટે બહારગામ ગઈ હતી ત્યારે મીલી આખી રાત રડતી-રડતી પલંગ નીચે ભરાઈ રહી હતી. સુજાતાની લાખ સમજાવટ કે પિતા અને દાદીની સોટીનો માર પણ તેને પલંગ નીચેથી હટાવી નહોતો શક્યો. ખાધા-પીધા વિના એ પોટલું બનીને પડી રહેલી. નિકીએ આવીને કાઢી ત્યારે જ બહાર નીકળી હતી. તે દિવસ પછી નિકી સ્કૂલ સિવાય ઈશાને મૂકીને ક્યાંય જતી નહીં.

નિકીને સ્કૂલે જવાનું હોય એટલું તે સમજી શકી હતી. તેથી એ સમય દરમિયાન નિકી ન દેખાય તો તે એકલી-એકલી ફર્યા કરતી, ચીતર દોર્યા કરતી કે બિલાડીના બચ્ચાને ખોળામાં લઈ પંપાળ્યા કરતી. ઘડિયાળની કોઈ ગતાગમ સિવાય પણ નિકીના સ્કૂલેથી આવવાના સમયની એ અબુધને અજબ રીતે ખબર પડી જતી...

જો નિકીને આવતાં મોડું થાય તો રઘવાઈ થઈને તે ફળિયામાં આમતેમ ફરતી રહેતી. એ સમયે એને કોઈ બોલાવી ન શકે. નિકી ન દેખાય ત્યાં સુધી એને કોઈ દરવાજા પાસેથી ખસેડી ન શકે. નિકી આવે એટલે મીલી આખ્ખી ઝળાંહળાં. નિકીને વળગીને જ અંદર જાય. કદીક તોફાને ચડી હોય ત્યારે નિકી સિવાય કોઈનું ગજું નહીં કે તેને સંભાળી શકે.

એકલી હોય ત્યારે મીલી પોતાની ડ્રોઇંગબુકમાં ચીતર એટલે કે આડા-અવળા લીટા કર્યા કરતી. નિકી આવે એટલે દોડીને તુરત તેની સામે નોટ ધરી દે. નિકી પૂછે,

'આ શું દોર્યું છે ?'

'દીદી.'

'અને આ ?'

'મીલી.'

'ને આ ?'

આડી લીટી એટલે મમ્મી અને ઊભી લીટી એટલે નિકી. બે લીટીઓ સાથે એટલે મીની બિલાડીનું બચ્ચું અને ઊભી લીટીઓથી અર્થાત્ નિકીથી તો મીલીની આખી બુક ભરચક્ક...

એક દિવસ કોઈ કારણસર સુરેખા નિકીને ખિજાઈ હતી. તુરત મીલીએ હાથમાં રહેલો વાટકો સુરેખાને માથે ફટકારી દીધો હતો. પછી દીદી સામે જોઈને ખિલખિલ હસી પડી હતી. પોતાની દીદીને કોઈ ખિજાય એ મીલીને ન જ પોસાય.

ઘડિયાળના કાંટા ટિકટિક કરતા સમયની છડી પોકારી રહેતા. અને કૅલેન્ડરનાં પાનાં તારીખ, વાર, મહિના અને વરસો કુદાવતાં રહ્યાં.

પંદર વરસની મીલીનાં કપડાંમાં એક દિવસ લાલ લાલ ડાઘ.

'લોહી લોહી.' ગભરાતી મીલીની ચીસાચીસ.

હંમેશની જેમ નિકી દોડી આવી. એક ક્ષણમાં વાત પામી ગઈ પણ મીલીને કેમ સમજાવવું શું સમજાવવું, એની સમજ જલદી ન પડી. તે મીલીને બાથરૂમમાં લઈ ગઈ.

'જો મીલી આવું તો થાય, બધાંને થાય.'

'બધાંને ?'

'હા.'

'તને ?'

'હા.'

'તો બરાબર.'

મીલીના મનનું સમાધાન થયું. દીદીને થાય એ એને થવું જ જોઈએ.

'જો મીલી, આવું થાય ને ત્યારે આમ આ પેડ રાખવાનું.'

સેનીટરી નેપ્કિન મીલીને બતાવતાં નિકીએ સમજાવ્યું. રાખીને બતાવ્યું.

'છિ ગંદું... નઈ નઈ ન ગમે.'

'મીલી, રાખવું પડે. નહીંતર કપડાં ખરાબ થાય.'

'તું... તું રાખ્યું ?'

'હા. હું પણ.'

નિકીએ રાખ્યું છે. તો પોતે પણ રાખશે. નિકી કરે એ બધું તો કરવાનું જ હોય.

જોકે પછીથી ડૉક્ટરની સલાહ મુજબ મીલીના સ્ત્રીત્વને સર્જરી દ્વારા મિટાવી દેવામાં આવ્યું. એ સિવાય બીજો ઉપાય પણ ક્યાં હતો ?

અનેક પ્રશ્નો આવતા રહ્યા, ઉકેલાતા રહ્યા.

પણ સમયદેવતાને જાણે હજુ સંતોષ નથી થયો.

અચાનક એક અકસ્માતમાં માબાપ બંને બહેનોને અને દુનિયાને અલવિદા કરી ગયાં. અલબત્ત, ત્યારે પણ મીલીને તો ઘરમાં કોઈ દેખાતું નથી એટલી જ ખબર પડી હતી. નિકી દેખાતી હતી એ એનો એકમાત્ર સધિયારો એથી એને તો ખાસ કોઈ ફરક ન પડ્યો પણ નિકી ? આ કારમો ઘા સહેવાનું તેને ભાગે જ આવ્યું. કાળદેવતાની આવી થપાટ પણ મીલીનું હાસ્ય નથી છીનવી શક્યું. એ જોઈ નિકીના મનમાં ક્યારેક વિચાર ઝબકી જતો.

કાશ ! પોતે પણ મીલી જેવી હોત તો ? સઘળી વ્યથાઓમાંથી મુક્તિ...

રોજ નવાનવા પ્રશ્નો આવતા રહ્યા. નિકી ઝઝૂમતી રહી. ક્યારે ? કેમ થયું ? શું થયું ? એનો વિચાર કરવાનો સમય પણ ક્યાં છે ?

માતા-પિતાની વિદાય પછી નિકીએ એક સ્કૂલમાં નોકરી શરૂ કરી હતી.

એક દિવસ નિકી સ્કૂલેથી આવી ત્યારે પડોશીનો યુવાન દીકરો ઘરમાંથી બહાર નીકળતો હતો.

નિકીને જોઈ એકાદ મિનિટ ખચકાયો...

'નિકી, ઘરમાંથી કંઈક અવાજ આવ્યો તેથી મને ચિંતા થઈ. મીલીને કશું થયું તો નથી ને ? તેથી દોડીને જોવા આવ્યો હતો.'

આકાશે વગર પૂછ્યે ખુલાસો કર્યો.

'નિકી, ગમે ત્યારે કંઈ પણ કામ હોય તો ચોક્કસ કહેજે.' કહેતાં તે ભાગ્યો.

નિકી તેની સામે જોઈ રહી. કોઈ વિચિત્ર ગંધ તેના મનમાં... નિકી અંદર ગઈ.

મીલી કંઈક અલગ રીતે જ ખુશખુશાલ દેખાઈ. નિકીને આશ્ચર્ય થયું.

તેણે પૂછ્યું,

'નિકી આકાશ આવ્યો હતો ?"

'હા.'

'પછી શું કર્યું ?'

'વા'લું વા'લું અહીં.'

મીલીએ તુરત પોતાનાં કપડાં ઊંચાં કરી છાતી બતાવી.

'મજા મજા ગમે. આકાશ ગમે.'

નિકી સ્તબ્ધ.

અબુધ મીલીમાં યૌવનનો છાના પગલે પ્રવેશ. કેમ સમજાવવી મીલીને ? નિકીની આંખોમાં લોહી ઊતરી આવ્યું.

મીલીને ભાન નથી. આકાશે તેનો ગેરફાયદો ઉઠાવ્યો ?

તેણે મીલી સામે જોયું,

તે તો હંમેશની જેમ હસતી-હસતી... નિકીની પર્સમાં ચૉકલેટ શોધવા ખાંખાખોળા કરતી હતી.

નિકીના મનમાં ચિંતાએ ઘેરો ઘાલ્યો. તે એકલી કેટકેટલા મોરચે ઝઝૂમતી રહેશે ? કેવી રીતે અને ક્યાં સુધી ?

સમયનો વરસાદ ધોધમાર નહીં પણ જાણે ટીપું, ટીપું વરસતો હતો.

એક દિવસ નિકીની સ્કૂલમાં જ ભણાવતા, એકલા રહેતા સાગર સાથે નિકીએ પ્રભુતામાં પગલાં પાડ્યાં. હાશ હવે જીવનના સંઘર્ષો સામે તે એકલી નથી.

પણ...

રોજ રાત્રે નિકી હંમેશની જેમ મીલી સાથે સૂવે. મીલી બરાબર સૂઈ જાય એટલે નિકી હળવેથી ઊઠીને બીજા રૂમમાં રાહ જોઈ રહેલા પતિ પાસે...

પણ એક રાત્રે મીલી ભર ઊંઘમાંથી જાગી ગઈ. બાજુમાં નિકી ન દેખાતાં તે ભયભીત બની ઊઠી. બેબાકળી બની તે બહાર દોડી અને સામેના ઓરડાના બંધ બારણા ધધડાવવા લાગી.

શું થયું ? ગભરાઈને નિકીએ બારણાં ખોલ્યાં. આકુળવ્યાકુળ બનેલી મીલી દીદીને વળગી પડી. આગઝરતી નજરે તે સાગર સામે જોઈ રહી. તેની દીદીને તેની પાસેથી ખૂંચવી જનારને મીલી કેવી રીતે માફ કરી શકે ?

સાગરે આવીને પોતાની દીદીમાં ભાગ પડાવ્યો છે. આ માણસને લીધે જ દીદી પોતાને છોડીને અડધી રાતે એની પાસે જતી રહે છે, પોતાના કરતા દીદી એની સાથે વધારે વાત કરે છે. કેટકેટલી મૂક ફરિયાદો ઊઠતી રહી છે મીલીના અબુધ મનમાં સાગર માટે...

છેલ્લા એક મહિનાથી મીલીના અવિકસિત મગજમાં સતત ઘૂમરાતી આવી કોઈ વણબોલાયેલી વાતથી નિકી કે સાગર અજાણ નહોતાં. તેમના લગ્નને એક મહિનો જ થયો હતો અને આ પ્રશ્નનો કોઈ કાયમી ઉકેલ શોધવાની મથામણ ચાલુ હતી. ત્યાં આજે મીલીની સહનશક્તિએ જવાબ દઈ દીધો.

ઊંઘતા સાગરના માથા પર મીલીએ જોશથી દસ્તો ફટકાર્યો. નિકીના ગળામાંથી એકસામટી ચીસોનાં ટોળાં ઊતરી આવ્યાં.

'મીલ્લીલી મીલ્લીલીલીલીલી મીલ્લીલ્લીલીલી.'

મીલી હસતી હસતી ગાતી રહી...

'દીદી વા'લી વા'લી...'

('શબ્દસૃષ્ટિ')

6.

8

જીવલી અને જેના

પાંચ વરસની જીવલી હસે અને તેના અંગઅંગમાં જાણે જિંદગી ઊમટી પડે. ચહેરા પર સતત ફરકતું નરવું હાસ્ય એ જ જીવલીની સાચી ઓળખાણ. વાતવાતમાં કે વગર વાતે પણ એને હસતાં વાર ન લાગે. લંબગોળ ચહેરો, ઘઉં વર્ણો વાન, જલદીથી ભૂલી ન શકાય તેવી મોટીમોટી પાણીદાર આંખોમાં વીજળી સેલારા મારતી હોય, તેલ વિના રૂક્ષ બની ગયેલા ભૂખરા જીંથરા જેવા વાળને હાથથી ઊંચા કરવા મથી રહેતી જીવલી ક્યારે ક્યાં રખડતી હોય એનું કોઈ ઠેકાણું નહીં.

અહીં આ વગડા જેવા અંતરિયાળ વિસ્તારમાં આસપાસમાં ખાસ કોઈ વસ્તી નથી. જીવલીની મા અને બાપુ સવારથી કામે જાય તે છેક સાંજ પડે પાછાં ફરે. ઘરમાં વૃદ્ધ દાદીમા અને એક વરસનો ભાઈલો છે. ભાઈલાનું ધ્યાન દાદીમા રાખે છે. જીવલી તો પૂરી મનમોજી, પોતાની મસ્તીમાં

મશગૂલ હોય. મન થાય ત્યારે એ પણ ભાઈલાને તેડીને ફરતી ગાતી રહે. બાકી એને તો રખડપટ્ટીમાંથી નવરાશ જ ક્યાં મળે છે ?

દુઃખ એટલે શું એની જીવલીને ખબર નથી. ઉદાસ કેમ રહેવાય એની જીવલીને જાણ નથી.

રખડીને થાકે કે ભૂખ લાગે એટલે દોડતી ઘેર આવે. દાદીમાએ રોટલો ને શાક ઢાંકી જ રાખ્યાં હોય એમાંથી અડધો પોતે ખાય અને બાકીના અડધામાં પેલા કાળિયા ગલૂડિયા કે કાબરચીતરી બિલાડીનો ભાગ હોય. જમીને ઝટપટ પાછી દોડે. સામેના વગડામાં જતાં એને કોઈની બીક ન લાગે. બોરડી પરથી કાંટાની પરવા કર્યા સિવાય લાલ ચણોઠી જેવડાં બોર તોડતાં તો એ થાકે જ નહીં. બોર તોડતા આંગળીમાં કાંટો વાગે તો ફટાક કરતી આંગળી મોંમાં નાખી ચપ દઈને ચૂસી લેવાની. ઘેર પાછા ફરતી વખતે થોડાં સાંઠીકડાં ડાળાં-ડાંખળાં વીણતાં આવવાનું ચૂલો પેટાવવા માટે.

થાકે એટલે ઘેર આવીને ફૂટેલતૂટેલ ખાટલીમાં મોજથી લંબાવી દેવાનું. રાત પડે ભાઈલો માના પડખામાં ને જીવલી દાદીમાના પડખામાં ઘલાઈ જાય. દાદીમા પરીની, રાક્ષસની કે રાજાનીં એકાદી વાર્તા કરે ત્યાં તો આખા દિવસની રઝળપાટથી થાકેલી જીવલીની પાંપણો બંધ થઈ જાય અને પછી બંધ પાંપણે પરીઓ ડોકિયાં કરી રહે. રાત તો પરીઓના સમણામાં ચપટી વગાડતાં પૂરી થઈ જાય.

ધૂન ચડે તો એકલી બેઠીબેઠી પાંચીકા રમ્યા કરે. એના પાંચીકા તો આભને આંબે એવા ઊંચા જાય. એની તાકાત છે કે જીવલીના હાથમાંથી છટકીને નીચે પડે ? જીવલીએ પાંચીકાને ઘસી-ઘસીને કેવા લીસા બનાવ્યા છે! એના પાંચીકા કંઈ નિર્જીવ પથરા નથી. જીવલીના હાથમાં આવે એટલે એ જીવતા બનીને હોંકારા પૂરતા રહે. જીવલી એની સાથે કેટકેટલી વાતો કરી શકે.

આજે પણ બહાર બેસીને જીવલી પાંચીકા સાથે રમવામાં પરોવાઈ હતી. એક પાંચીકો ઊંચે ખૂબ ઊંચે ઉછાળ્યો અને...

જીવલીની નજર ક્ષણાર્ધ માટે ચુકાઈ. પાંચીકો હાથમાં ઝિલાવાને બદલે નીચે પડ્યો. અને... અને પાંચીકા પર બેસીને કોઈ પરી આકાશમાંથી ઊતરી આવી. નીચે પડેલો પાંચીકો ઉઠાવવાનું ભૂલી જઈને જીવલી સામે ઊભેલી પરી તરફ ટગર-ટગર જોઈ રહી. બે હાથેથી આંખો જોશથી મસળી પછી આંખો ચપોચપ ભીડી દીધી. હાશ ! હવે ખોટું ખોટું કંઈ નહીં દેખાય. બે-પાંચ પળ પછી હળવેથી આંખ ખોલી, પણ આ શું ? પરી તો હાજરાહજૂર અને હવે તો તેની સામે જોઈને એ ધીમુંધીમું હસતી પણ હતી.

ગોરી-ગોરી દૂધ જેવી... ચળકતા સોનેરી રંગના વાંકડિયા વાળ... ભૂરી-ભૂરી આંખો, પગમાં ચમચમાતાં બૂટ-મોજાં, હાથમાં મોટું ધોળું ધોળું સસલું કે રમકડું ? અને આછા ગુલાબી રંગનું ફ્રોક તો કેવું લીસુંલીસું ચળકતું... કાંડામાં એ જ રંગની ઘડિયાળ પહેરીને પોતાના જેવડી જ દેખાતી કોઈ છોકરી ના-ના સાચેસાચી કોઈ પરી જ મલકતી ઊભી હતી. જીવલી ઘડીકમાં તેના ફ્રોક સામે, તેના સોનેરી વાળ સામે, ઘડીકમાં તેની ઘડિયાળ સામે, તેના પગના બૂટ સામે ક્યાં-ક્યાં જોવું તે સમજાતું નહોતું.

એકાએક જીવલીની નજર પરીના ચળકતા ફ્રોક સામેથી હટીને પોતાના ફ્રોક પર પડી. સાવ મેલુંઘેલું બે-ચાર કાણાંવાળું ફ્રોક. ચહેરા પર ફરકતી ભૂખરી લટને ઊંચી કરી તેણે વાળ સરખા કરવાની કોશિશ કરી પણ તેલ વિના રુક્ષ બની ગયેલા વાળ જીવલીનું માને તેમ નહોતા. જીવલીને અચાનક મા ઉપર ગુસ્સો આવ્યો. મા રોજ વાળ ઓળી દેતી હોય તો ? પોતાને રોજ સરસ તૈયાર કરી દેતી હોય તો ? જોકે પોતાને

જ વાળ ઓળાવવાનો કંટાળો હતો, પોતે જ મા પાસેથી છટકીને ભાગી જતી એ વાત અત્યારે તે સાવ ભૂલી ગઈ.

જીવલીની આંખો ફરીથી પરી પર સ્થિર બની. એક વાર પરીને અડકીને જોવાનું મન થઈ આવ્યું. પણ ના, પરી કદાચ મેલી થઈ જાય, ડાઘ પડી જાય તો ?

પોતાની ઓરડીની બરાબર સામે આવેલા આ બંગલામાં ક્યારેક કોઈ માણસો આવતાં થોડો સમય રોકાતાં. કોઈ થોડા દિવસો, કોઈ એકાદ-બે મહિના રોકાતું, પણ એ તો બધા સાહેબ લોકો... કોઈ છોકરીને, પરીને તો પહેલી વાર જોઈ.

છોકરી પણ જીવલી સામે જ જોઈ રહી હતી. બંને લગભગ સરખી જ વયની લાગતી હતી. ગોરી છોકરીએ જીવલી સામે જોઈ સ્મિત ફરકાવ્યું. ને પોતાનો હાથ લંબાવ્યો...

'હાય આઇ ઍમ જેના, એન્ડ યૂ ?'

જીવલી કંઈ સમજી નહીં. આ તો મોટા સાહેબો બોલતા હોય છે એવી જ ભાષા બોલે છે. સાહેબોને એકબીજા સાથે આમ હાથ લંબાવીને મિલાવતા તેણે દૂરથી જોયા છે, પણ આવા મજાના હાથને પોતાનો મેલો હાથ કેમ અડાડાય ? તેણે ઘસીને હાથ ફ્રૉકમાં લૂછ્યો. હાથ વધારે ગંદો થયો કે ચોખ્ખો થયો એની સમજ ન પડી. ડરતાં-ડરતાં તેણે એ ગોરા હાથને અછડતો સ્પર્શ કર્યો. છોકરીએ તેનો હાથ ધીમેથી દબાવ્યો અને ફરી પૂછ્યું,

'આઇ ઍમ જેના, યોર નેમ ?'

જીવલીને ન જાણે કેમ પણ સમજ પડી ગઈ કે એનું નામ જેના છે અને હવે તે પોતાનું નામ પૂછે છે. તેણે કહ્યું : જીવલી...

જીવી તો કેમેય ન સાંભર્યું.

જી... વા... લી જેના એક એક અક્ષર છૂટો પાડીને બોલવાની પ્રૅક્ટિસ કરી રહી.

જી વા લી...

જેના અને જીવાલી એકમેકની ભાષા ન જાણનારી બંને છોકરીઓ બે પાંચ મિનિટ પછી ખડખડાટ હસતી હતી. ન જાણે કઈ વાત પર કે કદાચ કોઈ વાત વગર જ.

જીવલીએ પોતાના ફ્રૉકના ખિસ્સામાંથી હમણાં જ તાજા વીણી લાવેલા આંબલીના બે કાતરા કાઢ્યા. એક જેનાના હાથમાં મૂક્યો. જેના તેની સામે જોઈ રહી. એનું શું કરવું એ સમજાયું નહીં. તેને સમજાવવા જીવલીએ પોતે મોઢામાં મૂક્યો. જેનાએ તેનું અનુકરણ કર્યું.

પહેલાં તો સ્વાદ વિચિત્ર લાગ્યો, પણ પછી હોંશે-હોંશે ખાવા લાગી. જીવલી સામે જોતી જાય અને ખાતી જાય.

ત્યાં સામેથી જેનાના ફાધરની બૂમ આવી.

'જેના વ્હેર આર યુ ? લંચ ઈઝ રેડી કમ ઓન આઇ ઍમ ગેટિંગ લેઇટ.'

'યેસ, ડેડી, કમિંગ.' કહેતી જેનાએ જીવલીને બાય કર્યું.

અને તે બંગલામાં દોડી ગઈ. જીવલીને અંદર જવાનું, બધું જોવાનું, મન તો બહુ થયું, પણ એવી હિંમત ન ચાલી. બે-પાંચ મિનિટ એમ જ ઊભી રહી. પછી ધીમે પગલે ઘરમાં ગઈ. દાદીમા એનું ખાવાનું ઢાંકીને જ બેઠાં હતાં. ને ભાઈને ઘોડિયામાં હીંચકાવતાં હતાં.

'જા, જલદી ખાઈ લે.' ક્યારની બોલાવતી હતી.

જીવલીએ થાળી ખોલી. તેનું ભાવતું બટાટાનું શાક હતું. રોજ આ શાક જોતાં જ જીવલીના ચહેરા ઉપર ચમક ઊભરાતી અને તે શાક ઉપર તૂટી પડતી પણ આજે ખબર નહીં કેમ ખાવાનું મન ન થયું.

ખાધા વિના જ તેણે ચૂપચાપ રોટલો ને શાક બિલાડી અને ગલૂડિયાને ધરી દીધાં. બંનેએ જીવલીને બોલાવવાની કોશિશ કરી જોઈ પણ આજે જીવલી ન જાણે કેવા વિચારોમાં ખોવાઈ હતી.

થોડી વારે જીવલીના મનમાં કોઈ ઝબકાર થયો. જોયું તો દાદીમા ભાઈલાને સુવડાવીને પોતે પણ સૂઈ ગયાં હતાં.

જીવલીએ ધીમેથી ખૂણામાં પડેલી પતરાની એક પેટી ખોલી. એમાં એક સરસ મજાનાં પચરંગી ઘાઘરી અને પોલકું પડ્યાં હતાં મોટા મોટા કાચવાળા ગયે વરસે બાપુ ગુજરીમાંથી લાવ્યા હતા. જે જીવલીએ જીવની જેમ જાળવ્યાં હતાં. આજે એ કાઢીને થોડી વાર એના ઝાંખા પડી ગયેલા કાચમાં જોયા કર્યું. પછી પોતે પહેરેલું મેલુંઘેલું ફ્રૉક ઉતાર્યું. અને નવાં કપડાં પહેર્યાં. ફરી એક વાર આભલામાં પોતાનું મોઢું જોવા મથી રહી. એકાદ મિનિટ જોઈ રહી. છિ... પોતે કંઈ પેલી પરી જેવી સરસ નહોતી દેખાતી.

ક્યાંકથી સાબુની છપતરી શોધી તે તળાવ તરફ દોડી. તળાવને કાંઠે બેસી ઘસી ઘસીને હાથ, પગ, મોઢું ધોયાં. ફરીથી ઘર તરફ દોડી. તેણે પહેરેલી ઘાઘરીના કાચમાંથી કેટલાંયે ચાંદરણાં તેની આસપાસ રમી રહ્યાં. ત્યાં સામે તેનું માનીતું બિલાડીનું બચ્ચું ફરીથી આવ્યું, પણ જીવલીએ આજે તેને દાદ ન દીધી બચ્ચું નિમાણું થઈને મ્યાઉં-મ્યાઉં કરતું રહ્યું, પણ જીવલીને સંભળાય તો ને ?

ઘરમાં જઈ તેણે ખૂણામાં પડેલી બીજી એક નાનકડી પેટી કાઢી. એમાં માની ચાંદલો કરવાની શીશી દેખાઈ. એક તૂટેલો ઝાંખો પડી ગયેલો અરીસો પણ નજરે પડ્યો. જીવલીએ એમાં જોઈ પોતાના કપાળે નાનકડો ચાંદલો કર્યો. એક નાનકી આંજણની ડબ્બી પડી હતી. એમાં આંગળી ઝબોળી આવડે એવું આંજણ આંજ્યું. પેટીમાં ખાંખાખોળા કરીને

માથામાં નાખવાની પીન શોધી કાઢી. એક તૂટ્યો-ફૂટ્યો કાંસકો લઈ જેમતેમ વાળ સરખા કર્યા. જુદાજુદા રંગની બે પીન વાળમાં ભરાવી. ભૂખરા જીંથરાની સ્વતંત્ર ઊડાઊડ બંધ થઈ.

પેટીમાં પોતાની લાલ રંગની બંગડીઓ પણ પડી હતી. એ હાથમાં ચડાવી. કાચની બંગડીઓ રણકી ઊઠી. હવે ? હવે શું કરવું તે સૂઝ્યું નહીં. વધારે કંઈ હતું નહીં. તેણે પેટી બંધ કરી. ઊભા થઈને ફરી એક વાર તૂટેલા અરીસામાં ચહેરો જોયો. જરાક ઠીક લાગ્યું.

હવે તે દોડીને સામેના બંગલીના ઝાંપે પહોંચી. ચોકીદાર જીવલીનો જાણીતો હતો.

'કાકા, અંદર.'

બુઢ્ઢો કાકો હસ્યો. જીવલી સામે અચરજથી જોઈ રહ્યો.

'કાકા જેના જેના.' ગોખી રાખેલું નામ યાદ કરતાં જીવલી બોલી.

'છોટી મેમસાબ ? ઉપર સૂતા હશે. અત્યારે નીચે નહીં આવે. બહાર તાપ છે ને તાપમાં એ લોકો બહાર ન નીકળે. સાહેબ કામે ગયા છે. જીવલી થોડી નિરાશ થઈ. હવે ? તૈયાર થવાની કેટલી મહેનત કરી હતી પોતે ! બધું નકામું. પાછી વળવા જતી હતી ત્યાં ઉપર બારીમાંથી જેનાએ જીવલીને જોઈ.

'કમ જી વા લી કમ કમ અપસ્ટેર' એ મોટેથી બોલી.

જેનાને જોતાં જ જીવલી આખ્ખેઆખી હસી ઊઠી, પણ જેના શું કહે છે તે સમજાયું નહીં. તેણે મૂંઝાઈને કાકા સામે જોયું. વરસોના અનુભવને લીધે ભાંગ્યુંતૂટ્યું અંગ્રેજી જાણતા કાકાએ કહ્યું, 'મેમસાબ તને ઉપર બોલાવે છે.'

'હું ઉપર જાઉં, કાકા ?'

કાકો એક મિનિટ અચકાયો. આમ તો અત્યારે બંગલીમાં બીજું

કોઈ નહોતું. વરસોથી પોતે જ આ બંગલીનો સર્વેસર્વા હતો. આ ટચૂકડું અભયારણ્ય કંઈ એવું પ્રખ્યાત નહોતું.

ત્યાં જેના દોડતી નીચે આવી. 'કમ કમ' જીવલીનો હાથ પકડી તે તેને લગભગ ખેંચી જ ગઈ.

જીવલીને ખેંચી જેના ઉપર આવી. આ સાવ અજાણી જગ્યાએ પોતાના જેવડી જ એક મિત્ર મળી જતાં તે ખુશ થઈ હતી. ડેડી તો આખો દિવસ બહાર રહેવાના એની તેને જાણ હતી જ

રૂમમાં આવી જેના ધબ્બ કરતી પલંગ પર બેસી પડી. દોડવાથી તે થોડી હાંફતી હતી. જીવલી ચારે બાજુ નજર કરતી ઊભી રહી ગઈ. શું કરવું, ક્યાં બેસવું ?

'સીટ સીટ' કહેતી જેનાએ તેને પલંગ પર ખેંચી. જીવલી ધબ્બ દેતીકને પોચા પોચા ગાદલામાં છેક અંદર ઘૂસી ગઈ. તેને ગુદગુદી થઈ આવી.

અચાનક જીવલી મોટેથી હસી પડી. કશું સમજાયું ન હોવા છતાં જેના પણ એ હાસ્યમાં સાથ પુરાવી રહી. મૈત્રીનો સેતુ વણબોલ્યે પળમાં રચાઈ ગયો. બંને બહેનપણીઓ આંખમાં પાણી આવી ગયાં ત્યાં સુધી બસ એમ જ હસતી રહી. શું કામ હસ્યાં કે શું સમજ્યાં એની બેમાંથી કોઈને ખબર નહોતી પડી.

જરા વારે શાંત થયા પછી જેના, જીવલીના આભલાવાળા ભરતભરેલા રંગીન ચણિયા-ચોળી તરફ જોઈ રહી.

'ઓહ સો નાઇસ ઓલ રૈનબો કલર્સ ફ્રોમ વ્હેર ડીડ યુ બાય ધીસ ?'

જીવલી તેની સામે તાકી રહી. જોકે જેનાને કંઈ જવાબની નહોતી પડી. જીવલી તરફ જોતાં તેણે કહ્યું,

'યૂ લૂક નાઇસ!'

કંઈક સારું બોલે છે એટલું જીવલીને અચૂક સમજાયું. દિલની ભાષા શબ્દ કે અર્થની ક્યાં મોહતાજ હોય છે ?

જીવલીની નજર જેનાના ટેડી બેર પર ખોડાઈ હતી. જેનાએ તે જોયું.

'ડીડ યુ લાઇક ધીસ ? યુ કેન ટેક ઇટ. આઈ હેવ સો મેની અધર, ટુ પ્લીઝ ટેક.'

જેનાએ ટેડી બેર આ દોસ્ત સામે લંબાવ્યું. જીવલી અચકાઈ

ટેક ટેક... કહેતાં જેનાએ તેના હાથમાં પરાણે પકડાવ્યું.

જીવલીના હાથમાં જાણે સ્વર્ગનો ખજાનો આવી ચડ્યો હતો. જેના બાળસહજ વૃત્તિથી પોતાની વસ્તુઓ જીવલીને બતાવતી રહી. જીવલી તો ફાટી આંખે જેનાનો અદ્ભુત ખજાનો જોઈ રહી. રંગરંગની નેઈલપૉલિશની બૉટલો, પાઉડર, પરફ્યૂમ, જાતજાતની ગેઇમ્સ, રમકડાં, જીવલી તો શું જુએ ને શું ન જુએ ? એકાદ-બે વસ્તુઓને અડકવાની હિંમત પણ કરી લીધી.

હવે જેનાનું ધ્યાન જીવલીએ હાથમાં પહેરેલી લાલ રંગની કાચની બંગડીમાં ગયું.

'ઓહ વાઉ નાઇસ વોઇસ!' બંગડીનો રણકાર તેને ગમી ગયો.

'તારે પહેરવી છે ?' જીવલીએ પૂછ્યું.

ભાષા ન સમજવા છતાં ભાવ તો સમજાઈ જ ગયો.

'યેસ યેસ, આઈ લાઇક ટુ સી ઇટ... ઇફ યુ ડોંટ માઇંડ પ્લીઝ.'

જીવલીએ બંગડીઓ ઉતારીને જેનાના હાથમાં પહેરાવી. પોતાનું પણ કંઈક જેનાને ગમ્યું એ વાતે તેના ચહેરા પર ખુશીની લહેર ફરી વળી. જેના કુતૂહલથી બંગડીઓ રણકાવી રહી.

કોઈ ભાષા વિના બંને વચ્ચે કેટલીયે વાતો ઊઘડતી રહી.

થોડી વારે તડકો ઓછો થયો એટલે બંને બહેનપણીઓ હાથમાં હાથ પરોવી નીચે આવી.

બે દિવસમાં તો જીવલીની સાથેસાથે જેના પણ આસપાસમાં રખડતી થઈ ગઈ. જીવલીની સાથે આંબલીના કાતરા ખાવામાં, ગુલમહોરનાં રતુંબડાં ફૂલ ખાવામાં કે કાંટાની પરવા કર્યા સિવાય બોરડીમાંથી બોર તોડવામાં દિવસ તો ક્યાંય અદશ્ય થઈ રહેતો. જેનાના ડેડીએ પણ મા વિનાની દીકરી ખુશ રહે છે એ વિચારે વાંધો ન લીધો. દીકરી એકલી નથી પડી જતી તેને પણ કોઈ કંપની મળી તેથી તેણે હાશ અનુભવી અને તે નિરાંતે પોતાના કામમાં પરોવાયો. પ્રોજેક્ટ તૈયાર કરવા માટે આનાથી વધારે અનુકૂળ જગ્યા તેને માટે બીજી કોઈ નહોતી.

આજે જીવલી જેનાને પાંચીકા રમતાં શિખવાડી રહી હતી. ઊંચે ઊછળીને પછી જીવલીના હાથમાં ધીમેથી ગોઠવાઈ જતા પાંચીકાને જેના પરમ આશ્ચર્યથી નીરખી રહી. પોતાને તો જીવલી જેવું કંઈ નથી આવડતું. તેણે ઘણી વાર પ્રયત્ન કરી જોયા પણ તેનાથી કેચ નહોતા થતા.

ત્યાં કાબરચીતરી બિલાડીએ જીવલીના ખોળામાં કૂદકો માર્યો. જીવલીએ તેના શરીરે વહાલથી હાથ ફેરવ્યો.

'વાઉ પુસી કેટ.'

પણ બિલાડીને જીવલીના ખોળામાં જોઈને કાળિયા ગલુડિયાનો જાણે ગરાસ લૂંટાઈ ગયો હોય તેમ તે પણ જીવલી સામે ઊભું રહી ગયું. જેના તો હરખથી છલકાઈ પડી.

'વાઉ વોટ એ ક્યુટ પપી યુ હેવ ! રીયલી નાઇસ વન.'

જેનાને આ ડોગી અને કેટ એવાં તો ગમી ગયાં. તેણે બે હાથે ગલૂડિયાને ઊંચકી લીધું. ગલૂડિયું કદાચ ગભરાઈ ગયું. જેનાના હાથમાંથી છટકીને દોડ્યું. જેના તેની પાછળ કમ કમ ડોગી કમ.

જીવલીના નાના ભાઈને હીંચકાવવાની તેને એવી તો મજા આવતી. જીવલીના દાદીમા જાતજાતનાં હાલરડાં ગાતાં. જેના બે હાથે ભાઈલાને ઊંચકીને ફરતી. આ જીવંત રમકડું તો તેને બહુ વહાલું લાગ્યું. દાદીમા તેને નવડાવે એટલે જેના ઊભીઊભી પાણી રેડે. ભાઈલો હસે એટલે જેના પણ ખડખડાટ હસે અને જીવલીનું હસવાનું તો ચાલુ જ હોય. હવે જીવલી મોમ, ડેડ, કેટ, ડોગી, ગ્રાંડમા જેવા શબ્દો શીખી ગઈ છે. તો જેના મા, બાપુ, દાદીમા, ભાઈલો મીની, કે ગલૂડિયું જેવા શબ્દોથી પરિચિત થઈ ગઈ છે. દાદીમાને હાય ગ્રાંડમા કહેતી તે વળગી પડે છે. દાદીમાને પણ આ ગોરી છોકરી માટે માયા છે. એ આવે એટલે એને કંઈ ને કંઈ ખવડાવે છે. જેનાને તો રોટલો ને બટાટાનું શાક પણ હવે ભાવી ગયાં છે ઇંડિયન બ્રેડ વાઉ.

હમણાં જીવલીની મા પણ ઘરમાં છે. થોડા દિવસ એને કામે નહોતું જવાનું. મા ઘરમાં છે એટલે જીવલી રાજીરાજી. મા પણ બંને છોકરીઓને વહાલ કરે છે. જેનાને જીવાલીની મોમ પણ બહુ ગમી ગઈ છે.

આજે જેનાને થોડો તાવ હતો. ડેડીએ તેને દવા આપી હતી અને રૂમની બહાર નીકળવાની મનાઈ કરી હતી, પણ જીવલીને ઘેર ગયા સિવાય એને ક્યાં ચાલવાનું હતું ?

જેનાને જોતાં જ જીવલીની માને થયું કે આજે છોડીને ઠીક નથી લાગતું. તેણે જેનાને અડી જોયું તો જેનાનું શરીર ધીખતું હતું. જીવલીની માએ જેનાને ખાટલીમાં સુવડાવી. તેને માથે ઠંડા પાણીનાં પોતાં મૂકવા માંડ્યાં. સાથે કંઈક ગણગણી રહી. જેનાને બહુ સારું લાગ્યું. જીવલી આજે તેની પાસે જ બેસી છે. તાવના ઘેનમાં અર્ધતન્દ્રામાં આજે જેનાને પોતાની મોમ દેખાઈ. જે ગયે વરસે જ પોતાને છોડી ગઈ હતી, એ

આઈ એમ શ્યૉર

માની ઝાંખી આજે થઈ આવી. મોમ અને ડેડ વચ્ચે કંઈક ફાઇટિંગ થઈ હતી. એવું ઝાંખુપાંખું કોઈ દૃશ્ય નજર સામે આવતું રહ્યું. તાવના ઘેનમાં જેના મોમ... મોમ લવતી રહી, પણ જીવલીને કે એની માને કશું સમજાયું નહીં.

બે દિવસમાં જેનાનો તાવ ઊતરી ગયો. ત્રીજે દિવસે.

'jivali, you are lucky, you have nice famiy. loving mom. I have only busy dad.' કહેતી જેનાની આંખમાં ભૂરાં-ભૂરાં વાદળો ઊતરી આવ્યાં.

જીવલી કશું સમજ્યા સિવાય બસ હસી રહી.

મહિનો તો રીતસર ઊડી જ ગયો. જેનાના ડેડીનું કામ પૂરું થયું હતું. આજે તેઓ પાછાં ફરવાનાં હતાં. જેના બૅગમાં સામાન પેક કરતા ડેડીને જોઈ રહી. પછી ધીમેથી ડેડીને પૂછ્યું,

'dad, can't we call mom back ? I am missing her.'

જેનાના અવાજમાં શ્રાવણી ભીનાંશ તરી રહી.

થોડી પળો એક પિતા પુત્રીની આંખમાં જોઈ રહ્યો. કશુંક સમજાયું કે શું ? કશુંક ભીતરમાં ખળભળ્યું.

yes my darling we will definately call her back તેના અવાજમાં આજે કોઈ અપરિચિત કુમાશ ઊભરાઈ આવી.

'sure dad ?'

'sure my darling.'

જેનાનો હાથ લંબાયો.

'promise ?'

'promise.' દીકરીના લંબાવેલા હાથમાં હાથ મૂકતા પિતા દીકરીની આંખોમાં ઝાંકી રહ્યો.

જેના વહાલથી ડેડીને વળગી પડી.

'ડેડ, next year we will come back here with mom do u know jeevali is my best friend and mom.'

કહેતાં જેના અટકી ગઈ.

'યેસ, જેના વી વીલ ડેફીનેટલી કમ હેપી ?'

'યેસ ડેડ.'

બાપ-દીકરી બે પાંચ ક્ષણો એકમેકને વળગી રહ્યા.

સામાન પૅક થયા બાદ જેના જીવલીને બાય કરવા ગઈ. જેનાની રાહ જોતી જીવલી બિલાડી અને ગલૂડિયા સહિત બંગલીના ઝાંપા પાસે જ ઊભી હતી.

'જી વા લી આઇ ઍમ ગોઇંગ બટ આઇ વીલ કમ નેક્ષ્ટ યર ઍંડ ડૂ યુ નો ? ધીસ ટાઈમ આઇ વીલ કમ વીથ માય મોમ.'

જીવલી બીજું કંઈ તો ન સમજી પણ જેના જાય છે એટલી ખબર પડી. ચોકીદાર કાકાએ તેને કહ્યું, બેબી કહે છે કે આવતે વરસે તે પાછી અહીં આવશે. જીવલીના ચહેરા પરની ઉદાસી ગાયબ. જેના પાછી આવશે !

જીવલીએ જેનાના હાથમાં એક નાનકડી પોટલી મૂકી. એમાં તેના પ્રિય પાંચીકા, બે-ચાર રંગીન લખોટીઓ, આંબલીના કાતરા અને લાલ બંગડીઓ હતી.

થેંક્સ કહેતાં જેનાએ પોટલી લીધી તેની પાસે ઊભેલા પપીને ઊંચકી લીધું. બીજે હાથે કેટને વહાલ કર્યું.

હાય I will come next year. આઇ વીલ કમ વીથ માય મોમ.

'જેના, વી આર ગેટિંગ લેઇટ.'

'કમિંગ, ડેડ.'

જેનાએ હળવેથી પપીને નીચે મૂક્યું.

અને જીવલીના હાથમાં તેને ગમતું પેલું મોટું ટેડી બેર મૂક્યું.

પછી બંને એકીસાથે અચાનક હસી પડ્યાં કે પછી રડી ઊઠ્યાં તેની સમજ ન પડી, પણ બંનેની આંખ ભીની હતી એટલું ચોક્કસ.

જેના ડેડી સાથે મોટરમાં ગોઠવાઈ ને બારીમાંથી હાથ હલાવતી રહી. મોટર અદૃશ્ય થઈ ત્યાં સુધી જીવલી મોટરને તાકી રહી.

'કાકા, એક વરસ ક્યારે થાય ?'

એકાદ મિનિટ કાકા મૂંઝાયા. ત્યાં તેની નજર સામેના ગુલમહોરના ઝાડ પર પડી.

'જો બેટા, આ ઝાડમાં ફરીથી પાછાં ફૂલ આવે ને ત્યારે એક વરસ થાય. સમજ પડી ?'

જીવલીએ ડોકું હલાવ્યું.

હવે જીવલીની આંખો રોજ ગુલમહોરને તાકતી રહે છે.

('ઉદ્દેશ', જાન્યુ., 2012)

◈

'તમારું નામ ?'

ઉજાસે ડાયરી કાઢતાં પૂછ્યું.

'મને લાગે છે મારું નામ વિસામો છે.'

'લાગે છે મતલબ ?'

'અમારામાં નામ પાડવાની ખાસ કોઈ પ્રથા નથી, પણ અહીં આવતા લોકો ''હાશ ! વિસામો આવ્યો'' એમ કહે છે.'

'તમારી જ્ઞાતિ ?'

'હજુયે આ પ્રશ્નમાંથી તમે લોકો બહાર નથી નીકળી શક્યા ? જોકે ક્યાંથી નીકળો ? જ્ઞાતિના નામે તો તમે સૌ... ખેર, જવા દો કોઈની પંચાત કરવી એ અમારું કામ કે અમારું ગજું પણ નહીં.'

'આ મારા પ્રશ્નનો જવાબ નથી.'

ઉજાસને ફક્ત જવાબ સાથે નિસ્બત હતી... શું જવાબ મળ્યો એની સાથે નહીં. તેને મન તો આ ઇન્ટરવ્યૂ એટલે તેના તંત્રીને જાગેલો એક તઘલખી તુક્કો... એક તરંગી અભરખો હતો, જે તેને પોષવાનો હતો પાપી પેટને માટે...

9

એક અધૂરો ઇન્ટરવ્યૂ

આઇ ઍમ શ્યૉર

'અમારે તો ઇન્ટરવ્યૂમાં નક્કી કરેલ દરેક સવાલ પૂછવા પડે. તેથી જવાબ મળી શકે તો વધારે સારું.'

'ઠીક છે. લખો અમારી જ્ઞાતિ...'

'આભાર...'

'તમારી ઉંમર ?'

'પાક્કી ખબર નથી, પણ સિનિયર સિટીઝનની ઉંમરે તો પહોંચી જ ગયો છું.'

'તમારા જન્મ અને ઉછેર વિશે બે-ચાર વાતો કહેશો ?'

'અમે તો ધરતીના છોરુ, વગડાઉ જીવ... ગુલાબની જેમ માવજતની અમને જરૂર ન પડે શ્રીમંતના છોકરાઓને ઉછેરવાના હોય, ગરીબના તો એમ જ મોટા થઈ જાય. એમ અમે પણ જાતે જ ઊછરી જઈએ. હા, નાનો હતો ત્યારે ક્યારેક કોઈ બે લોટા પાણી જરૂર પીવડાવી જતું.'

'તમારો અભ્યાસ ? શિક્ષણ ક્યાંથી થયું ?'

'કુદરતમાંથી... ધરતી અને આકાશ અમારી યુનિવર્સિટી. શિક્ષણ તો હજુ ચાલુ જ છે. જીવનભર ચાલુ જ રહેશે. રોજ કંઈક નવું શીખીએ છીએ.'

'તમે કામ શું કરો છો ? તમારી આવક ?'

'અમારું મુખ્ય કામ અમારી પાસે આવનાર દરેકને શાતા આપવાનું. આવકમાં અસંખ્ય ટહુકા, અને અનેકના હાશકારા. એ એક-એક હાશકારાની કિંમત કાઢો તો તમારા બિલ ગેટ્સ કરતાં પણ આવક વધી જાય. તમે લોકો બધી વસ્તુની કિંમતમાં જ સમજો ને, એટલે તમને સમજાય એ ભાષામાં કહ્યું...'

ઊંધું ઘાલીને ડાયરીમાં જવાબ ટપકાવતા જતા ઉજાસે પોતાનું કામ ચાલુ રાખ્યું. તેને તો જે જવાબ મળે તે ટપકાવવાના હતા. ઝાઝી નિસ્બત રાખ્યા સિવાય...

પત્રકાર જેવો સાક્ષીભાવ સૌ કોઈ કેળવી શકે ખરા ? અનેક રમખાણો, હોનારતો, અકસ્માતો. ખૂન સુધ્ધાં સાક્ષીભાવે નિસ્પૃહ રહીને ઉજાસે જોયા છે. જરૂર પડ્યે આગળ વિશેષણો ઉમેરીને લોકોની ઉત્તેજના જાગ્રત થાય, વાંચવામાં રસ પડે એ રીતે અહેવાલો લખી નાખ્યા છે. જરા યે હલબલ્યા સિવાય આ ધંધામાં લાગણીશીલ બનવું ન પાલવે ખોટા વેવલાવેડા પોસાય જ નહીં.

પ્રશ્નોત્તરી આગળ ચાલુ રહી.

'તમે મેળવેલી કોઈ સિદ્ધિ ?'

'ટાઢ, તાપ, વરસાદ, વંટોળ, કે વાવાઝોડાનો ભાર પોતાની લીલીછમ્મ છાતીએ ઝીલી, કોઈને રક્ષણ આપવું તે સિદ્ધિ ગણાય કે નહીં તે ખબર નથી.'

'સમાજમાં તમારું સ્થાન ?'

'લોકો અમને સ્નેહથી દાદા કહે છે, એ વાત સમાજમાં અમારું સ્થાન સૂચવવા પર્યાપ્ત નથી ?'

'તમને ક્યારેય ડર લાગે ખરો ?'

'ડર ? અમે તો વરસોવરસ ખરનારા અને ફરી-ફરીને ખીલનારા... અમને ડર શાનો ?'

'લોકોને કયો સંદેશ આપવાનું પસંદ કરો ?'

'અહીં એક વાર કોઈ સંત જેવી, ઋષિ સમાન વ્યક્તિએ ગાંધીકથા સંભળાવી હતી. મેં પણ હોંશેહોંશે ધ્યાનથી સાંભળી હતી.'

'હા, એ અમારા નારાયણ દેસાઈ... બીજું કોણ ?'

ઉજાસ પોતાની ધૂનમાં જ બોલી રહ્યો.

'હા, એ જ... મારે જો કોઈ સંદેશ આપવાનો હોય તો હું પણ એ એક જ વાક્ય કહું.'

'મારું જીવન એ જ મારો સંદેશ.'

'તમારે કોઈ મિત્રો ખરા ?'

'મિત્રો ? ગણ્યાગણાય નહીં ને વીણ્યા વીણાય નહીં એટલા...'

'ઓ. કે. સરસ !'

નીચું ઘાલી જવાબ ટપકાવી, પ્રશ્નોત્તરીના કાગળનો વીંટો વાળતા ઉજાસે કહ્યું,

'હવે અંતિમ પ્રશ્ન.

'અહીં તમને તો અનેકને મળવાનો, સાંભળવાનો મોકો મળતો હશે. તમારે એના વિશે કશું કહેવાનું છે ?'

દાદા મૌન.

'કેમ આમ મૌન થઈ ગયા ?'

'અરે, ભાઈ, આ જિંદગીમાં એટલું બધું જોયું, જાણ્યું અને સાંભળ્યું છે કે એ બધું જો વિગતવાર કહેવા બેસું તો એક જનમારો ઓછો પડે...'

'છતાં થોડું, બે-ચાર યાદગાર પ્રસંગો...'

'અન્યાય કરનાર જ નહીં, પરંતુ મૂંગે મોઢે અન્યાય સહન કરનાર કે અન્યાય થતો જોઈ રહેનાર. પણ ગુનેગાર ગણાય. એ ન્યાયે હું પણ ગુનેગાર જ ગણાઉં. જટાયુની માફક અન્યાયનો પ્રતિકાર કરી શકવાનું સામર્થ્ય અમને નથી મળ્યું, પરંતુ આજે હૈયાની વાત કહી થોડું હળવું થવું ગમશે. તમારા દ્વારા મારી વાત સમાજ સુધી પહોંચે અને બની શકે કોઈના ભીતરને ઝકઝોરે, કોઈ એકાદને સ્પર્શીને અંતરનાં કમાડ ઉઘાડે. બસ, એ એકમાત્ર ઝંખનાથી, આશાની ઊજળી લકીર લઈ હું થોડી વાત જરૂર કરીશ.'

'ઓહ, શ્યૉર... શરૂ કરશો ?'

'આજે નહીં, એ માટે તમારે કાલે આવવું પડશે.'

'કાલે કેમ ? આજે શો વાંધો છે ?'

'સવાલ વાંધાનો નથી. હૈયાના ઊંડાણમાં એટલો ખજાનો, એટલી બધી વાતો સંગ્રહાયેલી છે કે એમાંથી કઈ કહેવી ને કઈ ન કહેવી એ વિચારવા માટે કે યાદ કરવા માટે પણ મારે સમય જોઈશે.'

'ઓ.કે., તો કાલે મળીએ, કાલે શ્યોર ને ?'

'બોલીને ફરી જતાં અમને ન આવડે.'

'એક વાત... તમને દાદા કહીને બોલાવી શકું ?'

ઉજાસે પહેલી વાર તેની સામે ધ્યાનથી જોતાં પૂછ્યું.

'દાદા ? જરૂર એ તો મારું ગૌરવ, મારી પ્રતિષ્ઠા છે.'

'થેંક્યુ દાદા...' અને ઉજાસે વિદાય લીધી.

ઉજાસ તો ગયો, પણ આજે દાદાની આંખોમાં ઊંઘ નથી. કેટલાયે તડકા છાંયા જોઈ નાખ્યા અને હજુ ન જાણે કેટલા જોવાના બાકી છે. ટાઢ, તાપ, વરસાદ, વાવાઝોડાં, વંટોળ બધું સામી છાતીએ ટટ્ટાર ઊભીને ઝિલ્યું છે. અનેકને આશરો આપ્યો છે. નાનકડી કીડીથી માંડીને દરેક પશુ, પંખી, માણસો બધાંનો વિસામો બન્યા છે. અંતરના પટારામાં એ બધો સમય અકબંધ સચવાઈ રહ્યો છે. યાદોના અઢળક વાદળો ભીતર ઊમટી આવ્યાં છે. આજે કોઈ તેનો ઇન્ટરવ્યૂ લેવા આવ્યું છે. પહેલી વાર કોઈ તેના હૈયાની વાતુ જાણવા આવ્યું છે. સાવ નવતર વાત. ચાલ, જીવ એ અનુભવ પણ લઈ લેવા દે.

પણ શું કહીશ કાલે હું ? કોની કોની વાતો કરીશ ? અનંતકાળથી મારી ઉપર પકડદાવ રમી રહેલી આ ખિસકોલીઓની ચંચળતાની વાત કરું ? એ ક્યારેય થાકતી કે ધરાતી નથી. શું છે એના હૈયામાં ? કોને પકડવાની આ મથામણ છે ? કાળને ? એ તો હંમેશનો વણપકડાયેલ, કોઈથી ક્યારેય પકડાયો છે ખરો ? એ ખિસકોલીઓને જાણ હશે ખરી ? કે કાળને પકડવો એટલે ખાલી શીશીમાં ગરમાળા જેવાં પીળાં ધમરક કિરણોને ભરવાની રમત.

કે પછી મારી મખમલી ત્વચાને ફોલી ખાતી હારબંધ કીડીઓના સંપની વાત કરું ?

માળો બનાવીને જંપી ગયેલ પંખીડાંઓ તો મારાં લાડકાં સંતાનો એમની વાત કરું ?

સાવ સુક્કાભઠ્ઠ થઈને પછીયે લીલાછમ્મ કોળવાના મારા અનુભવોની વાત કરું ?

સરી ગયેલ કાળની અગણિત ક્ષણો અંતરમાં સંઘરાઈ રહી છે.

અહીં મારી છાતી સામે અનેક કાવાદાવા ખેલાયા છે. રાજકારણની રમતુંના આટાપાટા રમાયા છે. સભાઓ ભરાઈ છે. મુખી કે સરપંચે અહીં બેસીને લોકોના ન્યાય કે અન્યાય તોળ્યા છે. સાચા કે ખોટા અનેક સાધુ, સંતોએ અહીંથી પોતાની કથાઓ રેલાવી છે, રાતભર ભજનોની મહેફિલ જામી છે. ચૂંટણીટાણે સભાઓ ગાજી છે. નિસ્વાર્થભાવે સેવાની ધૂણી ધખાવી બેસેલ સાચા માનવીઓને જોયા છે. હરખનાં આંસુ પણ અહીં વહ્યાં છે. અને દુઃખની અગણિત વ્યથાઓ, કથાઓનો સાક્ષી પણ બન્યો છું. કઈ વાત કરવી અને કઈ ન કરવી ?

રાતભર અંતરમાં અવઢવ ચાલતી રહી. વાયરો ફૂંકાતો રહ્યો. રૂપેરી ઓઢણી ઓઢી હોવા છતાં રાત આખી થરથર ધ્રૂજતી રહી. દાદા કાંપતા રહ્યા. ખખડતા રહ્યા લીલાં, પીળાં વસ્ત્રો ખેરવતા રહ્યા.

એક અજંપો. અઢળક મથામણો, અનેક દૃશ્યો મનમાં પડઘાતાં રહ્યાં.

કપાળ સુધી માથે ઓઢી, હાથમાં સૂતરની દોર અને આંખમાં ઊભરાતાં આંસુઓને સંતાડવા મથતી પરાગીના શબ્દો :

દાદા, બધી સ્ત્રીઓ પોતાનું સૌભાગ્ય અખંડ રહે માટે અહીં પૂજા કરવા આવે છે. પતિના આયુષ્ય માટે દાદા, હું અભાગી એ નથી માગી શકતી દાદા, નથી માગી શકતી.

વ્રતના ચાર દિવસ પછી પરાગી સળગી ગઈ.

પોતાનાં સઘળાં દુ:ખોની ફરિયાદ કરવા ઈશ્વર પાસે પહોંચી ગઈ. સળગી ગઈ કે સળગાવાઈ ગઈ ? શું થયું હશે તેની ગામલોકોને જાણ હતી જ, પણ આ દેશમાં હજુ આજે પણ આમ જ આવી કેટકેટલી પરાગીઓ દાઝતી રહેતી હશે ?

દાદાની આંખો અનરાધાર વરસતી રહી. દાદા ઉદાસ... ઉદાસ.

અને પેલા જમનામાને કેમ વિસરાય ? વિધવા માને કંઈક આંબલીપીપળી બતાવી દીકરો અમેરિકા ચાલ્યો ગયો. ક્યારેય પાછું વળીને જોવાની તકલીફ નથી લીધી. જમનામા પુત્રની રાહ જોઈ-જોઈને થાક્યાં હતાં. મારી પાસે આવીને ઓછાં આંસુડાં નથી સાર્યાં. હુંયે શું કરું ? દીકરાએ માને કહ્યું હતું,

'મા, મારા ભવિષ્યનો સવાલ છે.'

મને તો કહેવાનું ઘણુંયે મન થઈ આવ્યું કે હા, બેટા, પાંખો આવે ને ઊડી જાવ એ સાચું, પણ દરેક માનેયે એક ભવિષ્ય તો હોય છે હોં. એક એવું ભવિષ્ય, જેની પ્રતીક્ષામાં તમારાં જાજેરાં જતન કરીને જેણે પોતાનાં રાત-દિવસ એક કર્યાં છે, તે માના ભવિષ્યને દીકરાઓ ભૂલી ન જતા. બેટા, તમારી પાસે તો આખું ભવિષ્ય છે પણ તેની પાસે તો હવે બચ્યાં છે ભવિષ્યનાં ગણ્યાં-ગાંઠ્યાં વરસો જ.

કોઈ માને દીકરાનો વિશ્વાસ કરતાં પહેલાં દસ વાર વિચાર કરવો પડે એવી સ્થિતિ કાલે આવે તો આશ્ચર્ય નહીં થાય.

જમનામાની આંખમાં આજેયે હું શબરીની પ્રતીક્ષા જોઈ શકું છું.

મારી ભીતર મૂક આક્રંદ... વાંઝિયો આક્રોશ.

સામેના ઘરની વહુવારુ નિરાલી દર વરસે પૂરા ભાવથી મારી પૂજા કરવા અચૂક આવે. મને પણ તેના માટે બહુ ભાવ. છેલ્લે આવી ત્યારે આંખમાંથી બોર બોર જેવડાં આંસુડાં ટપક... ટપક...

હું તો ગભરાઈ ગયો. કંઈ સમજાયું નહીં. ત્યાં તેની બહેનપણી આવી. ધીમે રહીને નિરાલીએ પોતાની વીતકકથા તેને સંભળાવી. રડતી જાય અને બોલતી જાય. પેટમાં દીકરી હતી તેથી સાસુ અને પતિએ જબરજસ્તીથી...

'બહેન, મને તો રોજ રાતે મારી ન જન્મેલ દીકરીનો આંસુભીનો ચહેરો દેખાય છે. તેનો સાદ સંભળાય છે.'

'મા, મને કાં અવતરવા ન દીધી ?'

શું જવાબ આપું હું મારી દીકરીને ? હું મા થઈને એને બચાવી ન શકી...

હું તો અવાચક શું બોલું ? આશ્વાસનના બે શબ્દો યે કેમ ઉચ્ચારું ?

મારી અંદર તો ધધકતો જ્વાળામુખી...

કેટકેટલા અનુભવો મારી નજર સમક્ષ તરવરી રહ્યા છે.

કંચનકાકીની રોજની કચકચથી ત્રાસેલ મહેશકાકા મારે આંગણે આવીને હાશકારો પામે છે. લડ નહીં તો લડનારો દે કાકીના એ સ્વભાવથી ઝઘડાના કાયર કાકાને જલદી ઘેર જવાની ઇચ્છા ન થાય તે સ્વાભાવિક જ છે ને ?

'તુલસી ઈસ સંસાર મેં ભાતભાત કે લોગ...' આવું કશુંક સાંભળેલું યાદ આવે છે.

મન ઉદાસ, સાવ ઉદાસ બની ગયું હતું. આ બધું સાંભળીને... આનો ક્યાંય આરો કે ઓવારો નહીં હોય ? ક્યાં સુધી આમ ?

પણ ના... રણમાં મીઠી વીરડી જેવા પ્રસંગો પણ ક્યાં નથી ?

સામે રહેતા વૃદ્ધ, અપંગ રહીમચાચાને પિતાની માફક સાચવતા કિશનભાઈ અને તેના પરિવારની સુવાસની તો વાત જ ન થાય. નાતો તો ફક્ત એક પડોશીનો, પણ નાત, જાત કે ધર્મના ભેદભાવ ભૂલવા

જોઈએ, એવી કોઈ વાતોનાં વડાં કર્યા સિવાય આ પરિવાર માનવધર્મ નિભાવી જાણે છે.

અનાથાશ્રમમાંથી બે દીકરીઓને લાવીને પોતાને ઘેર રાખનાર મહેશભાઈ અને અનિતાબહેનને પોતે ક્યાં નથી ઓળખતા ?

ખૂણેખાંચરે ફેલાયેલા આવા માનવીઓની મહેકથી જ સમાજ ટકી રહ્યો છે ને ટકી રહેશે. ઈશ્વરને માનવમાંથી સાવ શ્રદ્ધા ઊઠી નથી ગઈ એનું કારણ સમજાય છે.

આવા અનેક સાચુકલા માનવીઓ પણ જોવા મળતા રહ્યા છે. જોકે એનું પ્રમાણ કમનસીબે ઓછું દેખાયું છે. છતાં એ અહેસાસ ભીતરની શ્રદ્ધાના દીપને ઓલવવા નથી દેતો. ક્યાંક-ક્યાંક આવાં કોડિયાં જલતાં રહે છે. બની શકે કાલે એક કોડિયામાંથી અનેક દીપ જલી ઊઠે. દાદા પૂર્ણ શ્રદ્ધાથી સર્જનહારને નમી રહ્યા.

કાલે પેલા છોકરા પાસે સારાનરસા થોડા અનુભવો જરૂર કહીશ.

દાદાના અંતરમાં આખી રાત અનેક સારાં, નરસાં દૃશ્યો ઊમટતાં રહ્યાં. જાણે સમુદ્રમંથન ચાલતું રહ્યું. ઘડીક અમૃત અને ઘડીક હળાહળ વિષ દાદા વલોવાતા રહ્યા... વલોવાતા રહ્યા... ચાંદ-સિતારા દાદાને ટાઢક આપવાનો પ્રયત્ન કરતા રહ્યા. અને રાત ચૂપચાપ ખરતી રહી.

પૂર્વાકાશે લાલ ટશિયા ફૂટવાની એંધાણી દેખાતાં જ, પંખીઓએ કલબલાટ કરી મૂક્યો. ટહુકાઓનો એલાર્મ વાગતાં જ સવાર આળસ મરડીને બેઠી થઈ. અને પૂર્વ દિશાનું પ્રભાતમાં રૂપાંતર થયું. ડાળે ડાળે સૂર્યકિરણોના ટકોરા પડ્યા. પંખીઓ પ્રાતઃકર્મ પતાવી, પોતાનાં બાલુડાંઓને દાદાને ભળાવી, રોજીરોટીની શોધમાં આસમાનમાં ઊડવા તત્પર થયા.

દાદા પણ તૈયાર હતા. આજે તેમને ઉજાસની પ્રતીક્ષા હતી. દિલનો ઊભરો ઠાલવવા તે કદાચ આતુર બની ગયા હતા.

પણ ત્યાં બે-ચાર માણસો હાથમાં મસમોટા કુહાડા સાથે ધસી આવ્યા અને દાદા કંઈ સમજી શકે તે પહેલાં તો ધડાધડ તેમના આખા અંગ પર...

દાદાની આસપાસનો પ્લોટ વેચાઈ ગયો હતો અને હવે ત્યાં એક હોટેલ બનાવવાની હતી, જેના પ્લાનમાં દાદા નડતરરૂપ હતા.

કોઈના શબ્દો પડઘાઈ રહ્યા.

'જુઓ, એક પણ મૂળિયું ન બચવું જોઈએ હોં... નહીંતર આને ફરીથી ઊગતાં વાર નહીં લાગે.'

('ગુજરાત', દીપોત્સવી અંક)

10

પ્લૅટફૉર્મ નંબર એક

સૂરજના પહેલા કિરણની સાથે જ પ્લૅટફૉર્મ નંબર એક આળસ મરડીને બેઠું થાય અને બાર-તેર વરસનો કિસનો‘‘ચાય ગરમ’’ની બૂમ સાથે એક હાથમાં ચાની કીટલી અને બીજા હાથમાં નાનકડા ગ્લાસ લઈ એક ડબ્બાથી બીજા ડબ્બા તરફ ઊડી રહેતો અચૂક જોવા મળે. સૌથી વધારે ઘરાકી આ સમયે જ થતી. સવારમાં ઊઠતાંની સાથે જ ચા પીવાવાળાની સંખ્યા સ્વાભાવિક રીતે જ વધારે હોવાની. પછી તો છેક નમતી બપોરે જમ્યા પછી ત્રણ ચાર વાગ્યે વારો આવતો.

આ જ પ્લૅટફૉર્મ પર દસ વરસની ગીતલી તો ઊંઘરેટી આંખે પ્લૅટફૉર્મના એક ખૂણામાં અર્ધપાગલ નાનીને વળગીને નિરાંતે સૂઈ રહેતી. આમ પણ સવારના પહોરમાં તેનું પાણી પીવાવાળું ખાસ કોઈ મળતું નહીં. હા, ધોમધખતી બપોરે એક નાનકડી ડોલમાં પાણીના પાઉચ લઈને તે દોડી રહેતી. ‘ઠ ડા પાની’નો તેનો લહેકો

એવો તો મીઠો ગૂંજતો કે સાંભળનારનું ધ્યાન એક વાર તો તેની તરફ જરૂર ખેંચાય જ.

ગીતલી પ્લૅટફૉર્મ નંબર એક પર સાવ અચાનક રીતે જાણે સાતમા પાતાળમાંથી ફૂટી નીકળી હતી.

એક વાર ગીતલી બે પગે ઊંચી થઈને બારીમાંથી કોઈને ગ્લાસ અંબાવવા મથી રહી હતી પણ હાથ પહોંચતો નહોતો. ચાની કીટલી લઈને દોડતા કિસનાએ તે જોયું. તે દોડી આવ્યો અને ગ્લાસ અંબાવી દીધો. ગીતલી હસી રહી. બસ, એ હાસ્યે બંનેને જોડી દીધાં. ગાડી ઊપડી ગયા પછી બંને પાછાં વળ્યાં ત્યારે ગીતલીની વાત પરથી કિસનો ફક્ત એટલું જાણી શક્યો કે ગીતલી પોતાની નાની સાથે હવે આ પ્લૅટફૉર્મ પરની સદસ્ય બની છે.

નોકરીમાં કોઈની બદલી થાય અને સ્થળાંતર થાય તેવી રીતે ગીતલીનું તેની અર્ધપાગલ નાની સાથે અહીં સ્થળાંતર થયું હતું. ક્યાંથી ? ક્યાં ? એ બધી ચોક્કસ માહિતી ગીતલી આપી શકી નહોતી. અલબત્ત, કિસનાને તેની સાથે ઝાઝી નિસ્બત પણ ક્યાં હતી ? અહીં વસતી દરેક વ્યક્તિ પાસે એક પોતીકી કથા અને વ્યથા હતી. જોકે કિસના અને ગીતલી જેવાં પણ અનેક હતાં જેમની કથાની તેમને ખુદને કે કોઈને ખબર નહોતી. સાગરપેટુ સ્ટેશન વરસોથી જાતજાતની કથાઓ સંઘરતું આવ્યું છે.

કદીક કિસનો અને ગીતલી ટ્રેનમાં ગાતાં પણ જોવા મળી જાય છે. ખડખડાટ હસતી રહેતી ગીતલીનો અવાજ મીઠો છે. તેને ગાવું બહુ ગમે છે. કિસનો ખંજરી વગાડે અને ગીતલીના ગળામાંથી ટહુકા ફૂટે.

ગીતલીના હાસ્યના પૂરમાં બાર વરસનો કિસનો તણાતો રહેતો. પ્રેમ, લાગણી એવા કોઈ ભાવથી અપરિચિત કિશોર કોઈ અજ્ઞાત દોર

વડે આપોઆપ ગીતલી સાથે વીંટળાતો જતો હતો. ગીતલીના જીવનમાં તો ભલે અર્ધપાગલ તોપણ નાની હતી. ગીતલી ઇચ્છે ત્યારે એને વીંટળાઈ શકતી. કિસનાની લાગણીઓને તો વીંટળાવાનો - ટીંગાવાનો એકમાત્ર આધાર ગીતલી.

તો ગીતલી માટે પણ ઠલવાવાનું એકમાત્ર પાત્ર એટલે કિસનો. ક્યારેક કોઈ મુસાફર ગમે તેમ બોલી ગયું હોય, કોઈ વાંધોવચકો આવ્યો હોય, ગીતલી દોડીને કિસના પાસે પહોંચી જતી. મનનો બધો ઊભરો ઠાલવી દેતી. કોઈ સમજણ સિવાય કુદરતના કોઈ અકળ નિયમને અનુસરતાં બે અબુધ બાળકો પન્નાલાલના મળેલા જીવની જેમ એકબીજા સાથે અંતરના અકળ તાણાવાણાથી ગૂંથાતાં જતાં હતાં.

માનવી માત્રને ક્યાંક ઠલવાવાના એકાદા ઠામઠેકાણાની જરૂર તો પડે જ ને ?

કિસનો અને ગીતલી ખુશ છે, કોઈ ફરિયાદ નથી. સાવ ધૂળ જેવી વાતમાં પણ બંને કિલકિલાટ કરી ઊઠતાં.

આમ પણ જીવવા માટે જે જોઈએ તે બધું જ તો તેમની પાસે છે. આ પ્લૅટફૉર્મ નંબર એક પર જ ભગુકાકાની રેકડીએથી પૂરી-શાક, પરોઠા, ખીચડી, પુલાવ બધું દસ રૂપિયામાં મળી રહે છે. ભગુકાકાની રેકડી તેમના જેવા અનેક છોકરાંઓનો વિસામો છે. ગીતલી કે કિસનાને મોટે ભાગે કદી સાવ ભૂખ્યાં નથી રહેવું પડતું. અરે, કદીક તો આઇસક્રીમ ખાઈ શકાય એટલા પૈસા પણ મળી જાય છે. કિસનાને અને ગીતલીને બંનેને આઇસક્રીમ બહુ વહાલો. જે દિવસે આઇસક્રીમ જેટલો જોગ થઈ જાય તે દિવસે તો ટેસડો પડી જતો. આમ પણ આઇસક્રીમ રોજરોજ ખાય તો મજા ક્યાં રહે ? એ તો કોક દિ' કોક દિ' જ ખાવાની મજા આવે અને તે પણ પોતાના કમાયેલા પૈસાથી.

સૂવામાં પણ કોઈ તકલીફ નથી. ગરમી હોય ત્યારે પ્લૅટફૉર્મના ખુલ્લા ભાગમાં સૂવાનું મળે છે. સરસ મજાનો ઠંડો પવન વીંટળાઈ વળે છે. શિયાળામાં અંદરની બાજુએ ગોદડું ખેંચીને લપાઈ જવાની મજા આવે છે. તો ચોમાસામાં પ્લૅટફૉર્મની પાછલી તરફના ખૂણામાં જરાયે પાણી નથી પડતું. ઘસઘસાટ નીંદર આવી જાય છે.

અને ટ્રેનમાં ગીતલી સાથે ગાવાની મજાની તોલે તો બીજું કંઈ ન આવે.

કિસના કે ગીતલીને તો બસ જલસા છે. એમને નથી એમના અતીતની જાણ કે નથી ભવિષ્યની ચિંતા, નથી કોઈ ફરિયાદ, નથી કોઈ કલ્પના, કે ન કોઈ સમણાં; બસ જે છે તે આજની મોજ છે. આ પ્લૅટફૉર્મ તેમનું વહાલું ઘર છે, વતન છે જે નામ આપો તે.

રોજ ઊગતો એક જ સૂરજ સવાર પણ રોજ એકસરખી જ લાવે એવું જીવનમાં ક્યાં બનતું હોય છે ?

કિસના અને ગીતલી માટે પણ આજે સૂરજ એક જુદી સવાર લઈને આવ્યો હતો.

આજે રોજની જેમ પાણીનાં પાઉચ લઈને દોડવાને બદલે ગીતલી એક નાનકડી છોકરીને તેડીને એને શાંત રાખવાનો પ્રયાસ કરતી પ્લૅટેફૉર્મ પર આમતેમ ફરતી હતી. અને વિચારતી હતી કે કિસનો જલદી આવે તો સારું. આવડીક છોકરી કંઈ તેમની જેમ વધારે વાર ભૂખી થોડી રહી શકે ?

ત્યાં હાંફતો-હાંફતો કિસનો આવ્યો. તેના હાથમાં આજે ચાની કીટલીને બદલે બિસ્કિટનું નાનકડું પૅકેટ અને પ્લાસ્ટિકના નાના ગ્લાસમાં થોડું દૂધ હતું.

ગીતલીએ છોકરીને ધીમે-ધીમે દૂધ પીવડાવ્યું અને ભૂકો કરીને

બે બિસ્કિટ ખવડાવ્યાં. પેટની આગ શમતાં છોકરી ગીતલી સામે જોઈ હસી પડી. ગીતલીએ છોકરીને વહાલથી ચૂમી ભરી લીધી.

'કેવું મજાનું હસે છે, નહીં ?' કિસનો બોલી ઊઠ્યો.

'એય કિસના, નજર ન નાખતો. છોકરી માંદી પડે.'

આજે ગીતલી જાણે નાનકડી મા હતી.

'હવે જા નજરવાળી ન જોઈ હોય તો મોટી. સવારે હું જ તો એને પાટા વચ્ચેથી દોડીને તેડી લાવ્યો તો. એને મારી નજર લાગવાની ? જો જરીક અમથો મોડો પડ્યો હોત તો સામેથી આવતી ગાડી ફરી વળી હોત આની પર.'

'હા, મેં એ જોયું'તું એટલે તો બૂમ પાડતી હતી. મને એવી બીક લાગતી હતી... મારી તો આંખ બંધ થઈ ગઈ હતી.'

'એમ ડર્યે થોડો પાર આવે ? કોઈને મરવા થોડું દેવાય ?'

'એ તો સાચું, પણ તને કંઈ થાત તો ?'

'મને વળી શું થવાનું ? આ ગાડી, આ પાટાઓ તો આપણાં માઈ-બાપ, એ આપણને કંઈ ન કરે. આપણે તો રોજ કેટલી વાર આ પાટાઓ ઠેકીને દોડીએ છીએ. એ શું આપણને નહીં ઓળખતાં હોય ?'

'કિસના, આ કોની છોકરી હશે ? કેવી મજાની છે નહીં ? કેવડી હશે ? એને આમ પાટા પર કોણે મૂકી દીધી હશે ?'

'કોની હશે એ તો ભગવાન જાણે. અત્યારે તો મારી છે.'

'તારા એકલાની નહીં મારીયે છે.'

'તું હજુ નાની છો.'

'અને પોતે જાણે બહુ મોટો !'

'તારા કરતાં મોટો જ ને ?

'ગીતલી, આનું નામ કંઈક ગોતવું જોઈએ.'

'હા. શું નામ પાડીશું એનું ?'

'એક મિનિટ' કહીને ગીતલી કેવાયે ઊંડા ચિંતનમાં પડી ગઈ.

'હીરી રાખશું ?'

'અહં સરસ નામ ગોત.'

'મંજુ, સવિતા, શાંતિ, રમા.'

પણ કિસનાનું ઊંહુ ચાલુ રહ્યું.

એનાથી આગળ નવાં નામ ગીતલી ક્યાંથી કાઢે ?

આખરે ઘણી મહેનત પછી છોકરીનું નામ નીતુ નક્કી થયું.

'હા એ સરસ નામ છે. પછી છોકરી સામે જોઈને કહે,'

'તો આજથી તારું નામ નીતુ, તને ગમ્યું ને ?'

નીતુ ગીતલીના વાળ ખેંચતી તાજી ઊઘડેલી કળી જેવું ખિલખિલાટ હસતી હતી.

હવે ગીતલી અને કિસનાની દુનિયા નાનકડી નીતુની આસપાસ ગોઠવાઈ હતી. નવી જવાબદારીના ભાનથી રાતોરાત જાણે બંને મોટાં થઈ ગયાં હતાં. કિસનો હવે રાતે પણ ચાની કીટલી લઈને દોડે છે. વધારે પૈસા કેમ મળે એની ચિંતા આજ સુધી કદી નથી કરી, પણ હવેની વાત જુદી હતી. હવે તો વધારે મહેનત કરવાની છે. કદીક કોઈનો સામાન ઊંચકવાનું કામ પણ હવે કરી લે છે. નીતુને તો દૂધ પણ આપવું પડે અને ટાઇમે ખવડાવવું પણ જોઈએ ને ? ગીતલીને ગાડી આવે ત્યારે દોડવું પડે અને એટલી વાર નીતુ નાનીને સોંપવી પડે. બાકી એ તો આખો દિવસ નીતુની પાછળ.

અર્ધપાગલ નાની પણ જાણે એકાએક ડાહી બની ગઈ છે. નીતુ જરીક રડે ત્યાં તો કિસના, ગીતલી અને નાનીની દુનિયામાં ઊથલપાથલ મચી જતી. નાની રઘવાયી થઈને ચીસાચીસ કરી મૂકતી.

ક્યારેક થોડા પૈસાનો જોગ થઈ જાય તો નીતુ માટે પ્લાસ્ટિકનું એકાદ રમકડું આવતું. તો કદીક કિસનો અને ગીતલી બંને એકાદ ટંક ભૂખ્યાં રહીને પણ નીતુ માટે ગુજરીમાંથી બે-ચાર કપડાં કે ઓઢવાની ચાદર લાવતાં.

નીતુ તો કિસનો, ગીતલી અને નાનીના હેતને ઝૂલે ઝૂલતી રહે છે. દુનિયાથી સાવ બેખબર નાનીને પોતાની જાતનુંયે પૂરું ભાન નથી, પણ કિસના, ગીતલી કે નીતુને તો નાની કદી ગાંડી નથી લાગી.

કિસના કે ગીતલી સિવાય નાની નીતુને કોઈને અડકવા દેતી નથી. કોઈ અડવા જાય તો વાઘણની જેમ એની પર તરાપ મારે છે. અને મણ મણની ચોપડાવે છે.

પાગલ થતાં પહેલાં માનવી પર શું-શું વીતતું હશે, કેવી કેવી વેદનાના ડુંગરા ખડકાતા હશે એ તો ઈશ્વર સિવાય કોણ જાણી શકે ? કોઈ શિશુ પાગલ તરીકે થોડું જનમતું હોય છે ? કેવી કેવી વ્યથાના વીતક એને માનસિક સંતુલન ખોવડાવીને પાગલ બનાવતા હશે ?

નીતુ હવે ચાલતાં શીખી ગઈ છે. ગીતલી હસતી જાય અને નીતુને બોલતા શિખવાડતી જાય.

કિસનાને બતાવીને કહે,

'બોલ, નીતુ, કિસનો ના, ના, બોલ ભા ઈ...'

અને નીતુ ભા ઈ કહેતી હસીને કિસનાને ચોંટી પડે છે, ત્યારે કિસનાને તો જાણે સ્વર્ગનો ખજાનો મળી જાય છે.

'અને નીતુ, આ તારી બેન ગીતલી ગીતા... ના, ના તારી બેન બોલ, બેન બોલ.

નીતુ ગીતલીને વળગીને બોલી ઊઠે. 'મા લી બે ન...'

કાલુ કાલુ બોલતી નીતુ બંનેને એવી તો વહાલી લાગે છે...

102 આઇ એમ શ્યોર

નીતુ ચાલતાં શીખી એટલે કિસનો ગુજરીમાંથી એને માટે દસ રૂપિયાના મજાના ઝાંઝર લઈ આવ્યો. એ માટે એને ફક્ત એક જ ટંક ખાવાનું જતું કરવું પડ્યું હતું.

નાનકી નીતુ ઝાંઝર પહેરીને છમછમ ચાલે છે એ જોઈને કિસના અને ગીતલીને જાણે શેર લોહી ચડે છે.

કિસનો અને ગીતલી ગાડીમાંથી પાછાં વળે ત્યારે એમને આવતાં જોઈ નીતુ હરખઘેલી બનીને દોડે અને કિસના અને ગીતલીના લંબાયેલા હાથમાં લપાઈ જાય.

આજે ફરી એક વાર કિસના અને ગીતલી માટે જુદી સવાર ઊગી હતી.

રોજના હસતાં કિસનો અને ગીતલી આજે મૂંઝાયાં છે. આજે સવારથી નીતુનું શરીર ગરમ હતું. તેને સખત ઉધરસ ચડી હતી. તેને સતત રડતી જોઈને કિસનો અને ગીતલી ગભરાઈ ગયાં.

'ગીતલી, નીતુને તાવ આવ્યો લાગે છે, નહીં ?'

'કિસના, હવે શું કરીશું ?'

કિસનો અને ગીતલી સૂનમૂન બની ગયાં. ગાડીઓ આવતી-જતી રહી, પણ આજે કિસનો કે ગીતલી નીતુ પાસેથી ખસ્યાં નથી. બેમાંથી કોઈને ખાવા-પીવાની સૂધ પણ નહોતી રહી. નીતુના શરીરે હાથ ફેરવતાં બંને ચૂપચાપ બેસી રહ્યાં. નીતુનું શરીર અંગારા જેવું ધખતું હતું. કશું ન સમજતી નાની પણ બેબાકળી બની હતી.

'ગીતલી, બોલને શું કરાય ?'

'કિસના, નીતુને દાક્તર પાસે લઈ જાઈએ તો ?'

'અરે હા, એ તો મને સૂઝ્યું જ નહીં. ચાલ જલદી.'

'પણ કિસના, દાક્તર ક્યાં મળે ?'

8.

'ભગુકાકાને પૂછીએ. એને બધી ખબર હોય.'

ભગુકાકાને પૂછતાં કાકાએ તેને સરકારી હૉસ્પિટલે લઈ જવાની સલાહ આપી. હૉસ્પિટલ ક્યાં આવી એ પણ સમજાવ્યું.

કિસનાએ તાવથી ધીખતી, ખાંસતી નીતુને તેડી. ગીતલી આપોઆપ તેની પાછળ દોરાઈ.

કિસનો અને ગીતલી હૉસ્પિટલનો રસ્તો પૂછતાં-પૂછતાં નીતુને લઈ ગાંડાની જેમ દોડતાં રહ્યાં.

આખરે હાંફતાં-હાંફતાં બંને સરકારી હૉસ્પિટલે પહોંચ્યાં. આવડી મોટી હૉસ્પિટલ જોઈ કિસનો મૂંઝાઈ ગયો. આમાં ક્યાં જવાનું ?

તેણે ગીતલી સામે જોયું. ગીતલીએ ચૂપચાપ કિસનાનો હાથ દબાવ્યો.

અથડાતાં, કૂટાતાં, નીતુને સંભાળતાં, ગીતલી અને કિસનો આખરે કેસ કાઢવાની બારી સુધી પહોંચ્યાં.

'નીતુ નીતુ...'એ એક શબ્દ સિવાય તેને કે ગીતલીને કશું સૂઝતું નહોતું.

કેસ કાઢનારે યંત્રવત્ રોજિંદી ઘરેડથી પૂછ્યું,

'નામ ?'

'નામ ? કોનું ?' સાવ સાદા સવાલનો જવાબ પણ આ પળે કિસનાને સૂઝ્યો નહીં.

'અરે, પેશન્ટનું નામ પૂછું છું. આમ બાઘાની જેમ જોઈ શું રહ્યો છે ? આ છોકરી માંદી છે ને ? એનું નામ પૂછું છું.'

'નીતુ એનું નામ નીતુ છે.' કિસનાએ ઉતાવળથી જવાબ આપ્યો.

'પિતાનું નામ ?'

કિસનો ગૂંચવાયો.

નીતુના પિતાનું નામ ? એની તો કિસનાને પણ ક્યાં ખબર હતી ?

'અરે, જલદી બોલ અહીં આટલી લાઇન છે દેખાતી નથી ?'

'કિસનો કિસનો નામ છે નીતુના બાપનું.'

'સરનામું ?'

સરનામું ? કિસનો વળી ગૂંચવાયો.

'સ્ટેશન ઉપર પ્લૅટફૉર્મ નંબર એક.'

એટલું તો માંડ માંડ બોલી શક્યો કિસનો.

કેસ કાઢનાર ન જાણે શું સમજ્યો, પણ તેણે કંઈક લખીને કેસ પેપર કિસનાના હાથમાં સોંપતાં કહ્યું,

'સામે લાઇનમાં બેસી જજે. વારો આવશે એટલે બોલાવશે. તારું નામ બોલાય એટલે અંદર દાક્તર પાસે જવાનું.' આ છોકરાના ચહેરા સામે જોઈને ન જાણે કેમ પણ તેને દયા આવી ગઈ હતી, કદાચ તેથી જ થોડી વિગત સમજાવીને તેણે કર્તવ્ય બજાવ્યાનો સંતોષ લીધો.

ગીતલી નીતુને ખોળામાં લઈને બેઠી. કિસનો દાક્તરની કૅબિન સામે આંટા મારતો રહ્યો. ગીતલીએ જોયું કે હવે નીતુ રડતી નહોતી. તેથી તેને થોડી નિરાંત થઈ. નીતુનું શરીર પણ ગરમ નહોતું લાગતું. હાશ ! નીતુને સારું લાગે છે.

'કિસના, આપણી નીતુને હવે તાવ ઊતરી ગયો લાગે છે. જો દાકતર પાસે પહોંચ્યા ત્યાં સાજી થવા લાગી.'

'ઈ બધી આપણને ન ખબર પડે. દાકતર કહે ઈ જ સાચું.'

આજે સવારથી ગીતલી કે કિસનાના પેટમાં પાણીનું એક ટીપું સુધ્ધાં નહોતું ગયું, પણ બેમાંથી કોઈને ભૂખ કે તરસની સૂધ ક્યાં હતી ?

કિસનાની ધીરજ ખૂટતી જતી હતી. પૂરા બે કલાકે તેમનો વારો આવ્યો.

કિસનો અને ગીતલી ગાંડાની જેમ કેબિનમાં ઘૂસ્યાં.

'દાક્તર સાહેબ, નીતુ નીતુ.'

આગળ શું બોલવું તે કિસનાને સમજાયું નહીં.

દાકતરે નીતુનો ઠંડોબોળ હાથ પકડ્યો. તપાસવાની જરૂર ન લાગી.

કિસનો કેવીયે આશાભરી નજરે દાક્તર સામે જોઈ રહ્યો હતો. દાકતરનો હાથ અડશે અને તેની નીતુ સાજી થઈ જવાની !

'દાક્તર સાહેબ, નીતુને જલદી જલદી દવા આપોને મારી પાસે પૈસા છે હોં.' કિસનાએ ખિસ્સામાંથી બે-ચાર ચોળાયેલી નોટ કાઢી.

દાક્તર વારાફરથી ગીતલી અને કિસના તરફ જોઈ રહ્યા. ન જાણે તેમને કિસનાની આંખમાં કોણ દેખાતું હતું ? અતીતની કોઈ પુરાણી યાદ ? કોઈ વણવિસરાયેલી પીડાની કસક ?

'સાહેબ, જલદી દવા આપો ને.' કિસનાથી દાક્તરનો વિલંબ સહન થાય તેમ નહોતો.

જવાબ આપ્યા સિવાય દાક્તરનો છૂટકો નહોતો.

તે દિવસે મોડી સાંજે દાક્તરની મદદથી નીતુને માટીમાં મેળવી મરેલ ઘો જેવા કિસનો અને ગીતલી ખાલી હાથે, ખાલી હૈયે પાછાં ફર્યાં.

તેમને જોઈ પાગલ નાની ચકળવકળ આંખ ફેરવતી બરાડી ઊઠી 'નીતુ નીતુ.'

ગીતલીની આંખો વરસતી હતી. કિસનો તો સાવ કોરોધાકોર.

બે યુગ જેવા બે મહિના વીતી ગયા છે. નાની પણ તેમને છોડીને નીતુને મળવા ઉપર પહોંચી ગઈ છે.

કિસનો અને ગીતલી ચાની કીટલી અને પાણીનાં પાઉચ સાથે પ્લૅટફૉર્મ નંબર એક પર હજુયે દેખા દે છે પણ ટહુકતાં નથી.

એક દિવસ.

ફરી પાછી એક નવી સવાર.

આજે અચાનક ગીતલી દોડતી આવી છે. તેના હાથમાં એક નાનકડું શિશુ

'કિસના, જો આપણી નીતુ પાછી આવી. આને રાખીશું ને આપણે ?'

વીજળીનો ઝાટકો લાગ્યો હોય તેમ કિસનાનું માથું ત્વરાથી નકારમાં જોશપૂર્વક હલ્યું.

બપોરે કિસનો અને ગીતલી એક અનાથાશ્રમમાં પહોંચ્યાં. શિશુને સંચાલકોના હાથમાં સોંપ્યું.

અને ફરી એક વાર ખાલી હાથે કિસનો અને ગીતલી પાછાં ફર્યાં. તે રાત્રે...

'ગીતલી, આ નીતુને તો આપણે બચાવી લીધી નહીં ?'

અને નીતુના ગયા પછી આજે પહેલી વાર કિસનો ધોધમાર રડી પડ્યો... મુશળધાર રડી ઊઠ્યો. સૂપડાધારે રડી ઊઠ્યો.

કિસના અને ગીતલીનું આક્રંદ ગાડીની વ્હીસલમાં ગૂંગળાઈ રહ્યું અને પ્લૅટફૉર્મ નંબર એક જલકમલવત ધમધમતું રહ્યું.

11

મંગલ મંદિર ખોલો

નવ્યા લાઇબ્રેરીમાંથી બહાર નીકળી ત્યાં જ વાવાઝોડાની જેમ અવિનાશ એની પાસે ધસી આવ્યો અને હાંફતા અવાજે એકીશ્વાસે બોલી ઊઠ્યો,

'નવ્યા, મારી સાથે આવી શકીશ ? ક્યાં, ક્યારે, કેમ એવા કોઈ સવાલ પૂછ્યા સિવાય મારી સાથે નીકળી પડીશ ? મારા પર વિશ્વાસ રાખી શકીશ ? તારી જિંદગીમાંથી એક મહિનો બસ ફક્ત એક મહિનો મને, તારા આ દોસ્તને આપી શકીશ ? ભરોસો કરી શકીશ મારો ?'

કોઈ પૂર્વભૂમિકા સિવાય પુછાયેલા આવા પ્રશ્નનો શો જવાબ હોઈ શકે ? એ ન સમજાતાં નવ્યા બાઘાની જેમ તેની સામે જોઈ રહી.

આપણે બે એકલાં ? બહારગામ ? એક મહિનો ? ક્યાં ? શા માટે ? કયા સંબંધથી ? હું જ શા માટે ?

આવા કોઈ જ સવાલ એ પૂછી શકી નહીં. મન જ ન થયું. એ તો બસ સાવ મૂઢની જેમ અવિનાશની

108 આઇ એમ શ્યૉર

આંખોની ચમકમાં ખોવાઈ રહી.

'નવ્યા, સૉરી, મારાથી કોઈ છોકરી પાસે આવી પ્રપોઝલ મુકાય નહીં. મને એવો કોઈ હક્ક નથી.'

'અવિનાશ, ઇટ્સ ઓ.કે, પણ મને તારી વાત સમજાઈ નહીં.'

'મને જ નથી સમજાણી મારી વાત. ત્યાં તને કેમ સમજાવું ? પણ જવાબ મને ફક્ત હા કે ના - માં જ જોઈએ. અલબત્ત, જવાબ જે હશે તે મને મંજૂર છે. હું કોઈ સવાલ નહીં પૂછું, પણ મને જવાબ આજે, આ ક્ષણે જ જોઈએ વિચાર કરવા બેસું તો ક્યાંક હું જ...'

અવિનાશ અચાનક બોલતો અટકી ગયો હતો.

'અવિનાશ, વિચાર્યા કે અચકાયા સિવાય મનમાં જે હોય તે કહી શકે છે.'

'ના, ખાસ કશું જ નહીં. નવ્યા, એક તરંગ તુક્કો, જે કહે તે મનમાં અચાનક ઊગ્યો છે. બસ મારે ભરપૂર જીવવું છે. જેમ જીવું છું એમ નહીં. કંઈક અલગ જીવવું છે. જિંદગીની એક એક પળ માણવી છે. ખૂબ ખૂબ હસવું છે, રડવું છે અને એ માટે કોઈનો ખભ્ભો પણ જોઈએ છે. મને ખબર નથી કયા હક્કદાવે હું તારા સાથની માગણી કરી રહ્યો છું ? બસ મનમાં આવ્યું અને પૂછી નાખ્યું. સૉરી, મારે આવું બાલિશ વર્તન ન કરવું જોઈએ. તું છોકરી છે, તારા મમ્મી-પપ્પાને.'

'મમ્મી-પપ્પા' શબ્દ સાંભળતાં જ નવ્યા ઉતાવળથી વચ્ચે બોલી પડી.

'ઓ.કે. ઇટ્સ ઓ.કે. અવિનાશ, હું આવું છું. કશું પૂછ્યા સિવાય તારી સાથે આવું છું. બોલ, ક્યારે અને ક્યાં જવાનું છે ?'

વીસ વરસની જિંદગીમાં પહેલી વાર કોઈએ આ રીતે તેને સાદ દીધો હતો. એ સાદને નવ્યા કેમ અવગણે ? પાંચ વરસની હતી ત્યારથી માબાપે એનાથી છૂટવા માટે એને હૉસ્ટેલમાં મૂકી દીધી હતી. વૅકેશનમાં

પણ એને પ્રવાસે મોકલી દેવામાં આવતી. આજે પહેલી વાર કોઈને એની, એક વણજોઈતી છોકરીની જરૂર હતી.

આજ સુધી એના મિત્રો હતા તો ફક્ત પુસ્તકો... જે એને એનાં મમ્મી પપ્પા વિશે, એના ઘર વિશે કદી કોઈ પ્રશ્નો નહોતાં પૂછતાં. જેની પાસે એને કોઈ જવાબ, કોઈ ખુલાસા નહોતા આપવા પડતા.

અવિનાશ ચાર વરસથી કૉલેજમાં એની સાથે ભણતો હતો. એનો એક માત્ર દોસ્ત. અલબત્ત, એ દોસ્તી કોઈ અંગત વાત સુધી નહોતી પહોંચી. લાઇબ્રેરીમાંથી શરૂ થયેલી દોસ્તી ફક્ત પુસ્તકોની વાતો સુધી જ સીમિત હતી, પણ નવ્યા એટલું જરૂર જાણી શકી હતી કે અવિનાશ પણ કદાચ તેની જેમ ભીતરથી એકલવાયો - સાવ એકલવાયો.

અને આજે સાવ અણધાર્યો આવીને સાથે ચાલવાનું ઈજન આપી બેઠો છે. જેને નવ્યા અવગણી શકી નહીં.

બંને પાસે પૈસાની કોઈ કમી નહોતી. જે કમી હતી તે તો સ્નેહની ચપટીક અમથી હૂંફની...

માનવી માત્રને ચપટીક હૂંફની ખોટ તો સાલવાની જ ને ?

કયા કુદરતી સંકેતે કે કોઈ અકળ ઋણાનુબંધે અવિનાશ એને ખેંચી ગયો છે એની સાથે. અને કશું સમજ્યા સિવાય, સમજવાની પરવા સુધ્ધાં કર્યા સિવાય, કોઈ પ્રશ્નો વિના આંખો મીંચીને એ એની સાથે નીકળી પડી હતી.

આજ સુધી કદી જે જોયું નથી એ જોવા, જાણવા, માણવા બે યુવાન હૈયાં નફા, નુકસાનનો, કશું પામવા કે ગુમાવવાના કોઈ વિચાર સિવાય ભરપૂર જીવન જીવવાના અભરખા લઈ બસ નીકળી પડ્યાં હતાં. જ્યાં આગળ પાછળનો કોઈ વિચાર નથી. જ્યાં છે આજ અને ફક્ત આજ. આવતી કાલ અને ગઈ કાલને સદંતર ભૂંસી નાખીને બાળક જેવું મન લઈને બંને નીકળી પડ્યાં છે. નવ્યાના હૈયામાં તો છે નર્યો

રોમાંચ, નરી મુગ્ધતા... જ્યારે અવિનાશના હૈયામાં ?

દુનિયાને પહેલી વાર જોતાં હોય એમ આંખોમાં વિસ્મય આંજીને નદી, દરિયો, પહાડ, જંગલ ક્યાં ક્યાં નહોતાં રખડ્યાં ? ક્યાંક ધોધની નીચે નાના શિશુની માફક એકબીજાને પાણી ઉડાડતાં, કિલકારી કરી ઊઠતાં. ક્યારેક કોઈ નાનકડા ઝરણામાં પગ રાખીને કલાકો બેઠાં રહેતાં. કદીક આખો દિવસ બકબક કર્યા કરતાં. તો કદીક આખો દિવસ એકદમ ચૂપચાપ બિલકુલ મૌન બની એકમેકનો હાથ પકડી બેસી રહેતાં. એક-એક પળમાં જીવનનો ઉજાસ પથરાતો હતો. રોજ રોજ નવો સૂર્ય અને જીવનનું એક નવું જ અણદીઠું રોમાંચક રૂપ ઊઘડતું જતું હતું. જિંદગી આવી મજાની, આવી રળિયાત પણ હોઈ શકે એ આજ સુધી ખબર જ નહોતી ?

નવ્યા તો બસ નરી મુગ્ધતાથી એક નવી જ જિંદગી જીવતી રહેતી. આનંદ અને નર્યા આનંદ સિવાય બીજા કશાનું અસ્તિત્વ જ નહોતું.

દિવસ તો જાણે ક્ષણમાં સમેટાઈ જતો હતો.

બંને ભેરુબંધ જાતજાતની રમતો રમતાં, અંચઈ કરતાં, લડતાં, ઝઘડતાં રિસાતાં, મનાતાં થાકી જવાય ત્યાં સુધી મસ્તી, તોફાન કરતાં.

તો કદીક શાંત ચિત્ત બની સાથે મળી કલાકો સુધી સ્કૂલની પ્રાર્થનાઓ લલકારતાં બેસી રહેતાં. નવ્યા કદી ટાગોરને યાદ કરી ગણગણી રહેતી.

'આમિ ચંચલ હે, આમિ સુદૂરેર પિયાસી.' એ સૂર, એ લય સાથે અવિનાશ જાણે સમાધિમાં સરી જતો.

ક્યારેક સમુદ્રની ભીની રેતીમાં નવાનવા આકારો ઉપસાવતા અને પછી મોજાંની સાથે એને વહી જતાં જોઈ તાળીઓ પાડતાં રહેતાં.

અનંત કાળમાંથી થોડી પોતીકી ક્ષણો ચોરીને બે જિંદગી ખુશહાલ બની રણકતી હતી.

કોઈ સાંજે અસ્ત થતા સૂરજને નીરખતો અવિનાશ કેવાયે મૌન સાગરમાં ડૂબી જતો. કોઈ પળે અખૂટ શ્રદ્ધાથી નવ્યાને પૂછી બેસતો.

'નવ્યા, આ સૂરજ કાલે ફરીથી ઊગશે ને ? સૂર્યોદય થશે ને ?'

ન જાણે કેવીયે આરત રહેતી આ શબ્દોમાં ! જાણે નવ્યાના જવાબ પર જીવન-મરણનો આધાર ન હોય ! નવ્યા કશું સમજ્યા સિવાય તેની સામે જોઈ રહેતી.

કદીક કોઈ ભિખારી આવી ચડે તો ખિસ્સામાં હોય તેટલા પૈસા ઠાલવી દઈ બંને ચાલતાં થઈ જતાં.

જોકે એક પુરુષ અને એક સ્ત્રી વચ્ચે નિર્ભેળ, નિર્મળ મૈત્રી ઊંચાઈની પરિસીમાએ પહોંચે એ સમાજનાં નીતિનિયમોના ચોકઠાની વિરુદ્ધ જ કહેવાતું હશે ને ?

ક્યારેક નવ્યાને થતું કે અવિનાશ તેનાથી કશુંક તો ચોક્કસ છુપાવે છે, પણ તેણે પૂછ્યું નહીં. કહેવા જેવું નહીં હોય. નહીંતર આ દોસ્ત તેનાથી ન જ છુપાવે. તે કોઈના મનને ખોતરશે નહીં. કોઈ પળે અવિનાશ જાતે કહેશે જ...

નવ્યાએ કશું પૂછ્યું નહીં અને અવિનાશે કહ્યું નહીં.

પંદર દિવસ પંદર પળની જેમ વીત્યા હતા.

આજે સવારથી અવિનાશ થાકેલો લાગતો હતો.

'નવ્યા, હવે બસ હવે ક્યાંક એક જગ્યાએ જઈને આરામ કરીએ.'

હવે હિમાલયના એક છેક છેવાડેના, સાવ અંતરિયાળ ગામમાં ડેરા નખાયા.

અહીં આવ્યા બાદ બીજે દિવસે અવિનાશ કહે,

'નવ્યા, તું પુનર્જન્મમાં માને છે ?'

'ખબર નથી. આજ સુધી એવું કશું વિચાર્યું નથી.'

'પણ હું કહું છું, અને હું ચોક્કસપણે માનું છું કે પુનર્જન્મ હશે

જ છે જ.'

અવિનાશના અવાજમાં આજે ન જાણે કેવીયે જીદ ભળી હતી.

'હશે, મેં ક્યાં ના પાડી ? પણ આવો આક્રોશ શા માટે ?'

'ના, એક વાર તું કહે કે હા, પુનર્જન્મ હોય જ, તું પણ માને છે ને એમાં ?'

'ઓ.કે. હું પણ માનું છું. હવે ખુશ ?'

'એમ મને રાજી રાખવા નહીં. સાચા દિલથી કહે કે પુનર્જન્મ હોય જ છે. દિલથી સ્વીકાર કે પુનર્જન્મ હોય જ. હોવો જ જોઈએ.'

'ઓ.કે. દિલથી માનું છું. બસ.'

'સાચ્ચે જ ને ?'

'હા સાચ્ચે જ.'

'હાશ !' અવિનાશનો શ્વાસ જાણે હેઠો બેઠો.

નવ્યાને અવિનાશનું આજનું વર્તન થોડું વિચિત્ર તો લાગ્યું, પણ આમ જુઓ તો તેમની આ આખી યાત્રા જ વિચિત્ર નહોતી ?

બે દિવસ હિમાલયના મનોરમ્ય વાતાવરણમાં, પ્રકૃતિના હૂંફાળા સાન્નિધ્યમાં વીતી ગયા. અવિનાશને હમણાં તાવ રહે છે, નબળાઈ ખૂબ લાગે છે. નવ્યા ડૉક્ટરને બોલાવવાનું કહે છે, પણ અવિનાશે ઘસીને ના પાડી. ચિંતા કરવાની કોઈ જરૂર નથી.

'મારી પાસે બધી દવાઓ છે જ. સાથે લઈને જ આવ્યો છું.'

નવ્યા કશું બોલ્યા સિવાય તેની સામે તાકી રહી, પણ કશું પૂછવું નથી તેને.

ત્રીજે દિવસે અચાનક અવિનાશ કહે,

'નવ્યા, મેં તારાથી એક વાત છુપાવી છે.'

નવ્યા ધીમું હસી રહી.

'કેમ હસે છે ?'

'કહેવું પડ્યુંને અંતે ?'

'એટલે ?'

'મને ખબર હતી કે કંઈક તો તું છુપાવે છે. હું રાહ જ જોતી હતી તારા કહેવાની.'

'તો પૂછ્યું કેમ નહીં ?'

'જરૂર ન લાગી. કહ્યા સિવાય તારો છૂટકો થોડો હતો ?'

અવિનાશ મૌન બની નવ્યાની આંખોની આભા જોઈ રહ્યો. આટલા વિશ્વાસને લાયક પોતે હતો ખરો ?

અચાનક અવિનાશની આંખો નીતરી પડી. તે મોટેથી બોલી ઊઠ્યો.

'નવ્યા, નવ્યા પ્લીઝ મારે નથી જવું. પ્લીઝ નવ્યા, મારે મરવું નથી. કંઈક કર ને નવ્યા, તું જ મને બચાવી શકીશ. નવ્યા કહે ને કે હું જીવવાનો છું, મને આશીર્વાદ આપ ને નવ્યા, તારા આશીર્વાદ હશે તો મને કંઈ નહીં થાય.'

અને અવિનાશ હાંફવા લાગ્યો.

નવ્યા ગભરાઈ.

'અવિ, શું થાય છે તને ?'

'નવ્યા, મારી બૅગમાં સફેદ બૉટલમાં ગોળી છે તે આપ.'

નવ્યાએ જલદી ગોળી આપી. અવિનાશ થોડી વાર એમ જ પડી રહ્યો. નવ્યા તેને માથે હાથ ફેરવતી બેસી રહી.

બે કલાક પછી થોડું સારું લાગ્યું ત્યારે ધીમેથી કહે,

'નવ્યા, સૉરી, મેં તારાથી એક વાત છુપાવી છે. મારી બીજી બૅગમાં સાવ નીચે એક ફાઇલ છે એ કાઢ અને વાંચ.'

નવ્યાએ કશું બોલ્યા સિવાય ફાઇલ કાઢી. વાંચી. અવિનાશના છેલ્લા સ્ટેજના કૅન્સરના રિપૉર્ટ જોયા. કશું બોલ્યા સિવાય અવિનાશનો હાથ હાથમાં લઈને બેસી પડી. રડવાની હામ પણ નથી બચી.

એક ચુપકીદી, નીરવતા, મૌનની ચાદર, ઘેરી પીડા...

'નવ્યા, તારે કંઈ પૂછવું, કંઈ કહેવાનું નથી ?'

નવ્યા અવાચક. શું પૂછે તે ? શું બોલે ?

થોડી વાર પછી અવિનાશની હાલત જોઈ ધીમેથી બોલી,

'અવિ, અત્યારે કઈ ગોળી ખાવાની છે ?'

લગભગ બધી ગોળીઓ પેઈન કિલર અને ઊંઘની જ હતી. અવિનાશે કહી તે ગોળી આપી નવ્યાએ ધીમેથી કહ્યું,

'હવે કશું બોલ્યા સિવાય સૂઈ જા.'

કહ્યાગરા બાળકની જેમ અવિનાશ સૂઈ ગયો.

નવ્યાના મનમાં કેવીયે ઊથલપાથલ ચાલતી રહી એ ઈશ્વર સિવાય કોણ જાણી શકવાનું ? મોડી રાત સુધી તે અવિનાશના માથા પર હાથ ફેરવતી બેસી રહી. પછી ઊભી થઈ. એક ટેબ્લેટ તેણે પણ ખાધી અને પહેલી વાર અવિનાશની બાજુમાં એને માથે વાત્સલ્યથી હાથ ફેરવતી સૂઈ ગઈ.

બીજે દિવસે સવારે અવિનાશને બરાબર નહોતું. પેઈન કિલરની અસર પણ આજે નહોતી થતી. છતાં હાર્યા સિવાય સવારે બંને રોજની જેમ બહાર નીકળ્યાં. બીમારીની કોઈ વાત કાઢ્યા સિવાય બંને ખૂબ હસ્યાં. મસ્તી-મજાક કરી.

પણ બપોર થતાં જ અવિનાશના શરીરે જવાબ દઈ દીધો.

હોટેલમાં પાછા ફરતાં જ અવિનાશ પલંગ પર ફસડાઈ પડ્યો.

થોડી વાર પછી નવ્યાના ખોળામાં માથું મૂકી ધીમેથી કહે,

'નવ્યા, ધ એન્ડના પાટિયાને હવે બહુ વાર હોય એવું નથી લાગતું. લગતા હૈ પર્દા ગિરનેવાલા હૈ. નવ્યા, તારો આભાર માનું ? તારે લીધે...'

'હવે તારી બકબક થોડી વાર બંધ કરીશ ? મારું માથું પાકી ગયું.'

'નવ્યા, આ બીમારીની જાણ થઈ ત્યારથી ડર્યો નથી. કે આજ સુધી ભગવાન પાસે એક વાર પણ બચાવવાની માગણી નથી કરી. જે પરિસ્થિતિ આવી એનો સ્વીકાર કરી લીધો પણ આજે ડર લાગે છે. મરવાનો ડર નવ્યા, મારે નથી મરવું મારે જીવવું છે, નવ્યા મારે જીવવું છે.'

નવ્યા ચૂપચાપ અવિનાશનો હાથ દબાવતી બેસી રહી. તે ડૉક્ટરને બોલાવવા જતી હતી ત્યાં...

'નવ્યા, પ્લીઝ, આખરી પળે મારે કોઈ નથી જોઈતું. ડૉક્ટર પણ નહીં ફક્ત તું અને માત્ર તું. આજ સુધી તેં મારી દરેક વાત માની છે ને ? પ્લીઝ.'

કહીને રિસાઈ ગયો હોય તેમ પડખું ફરી ગયો.

થોડી વારે કોઈ નવો વિચાર સૂઝ્યો હોય તેમ અચાનક જ ઉત્સાહભેર બેઠો થયો. તેની આંખોમાં એક અપાર્થિવ ચમક ઊભરી આવી.

'નવ્યા, ના ના ડર નથી લાગતો. નવ્યા, મને હવે કોઈ અફસોસ નથી. મારું મન એકદમ શાંત થઈ ગયું છે. સાવ સાચું કહું છું આ ક્ષણે મનમાં એક પરમ શાંતિ ઊભરી છે, અદ્દ્ભુત શાંતિ.

'બસ, ભગવાન પાસે એક વસ્તુ માગવાનું મન છે. એક આખરી ઇચ્છા જરૂર છે.'

નવ્યા ચૂપ. જ્યારથી અવિનાશની બીમારીની જાણ થઈ છે ત્યારથી નવ્યા પાસે શબ્દો ખૂટી ગયા છે. આંખો પણ સાવ કોરીકટાક... કશું અંદર સ્પર્શતું જ નથી. બધી સંવેદનાઓ એકાએક બુઠ્ઠી બની ગઈ છે.

પરમ પીડાની ક્ષણે માનવીમાત્ર આમ વાચાવિહીન બની જતો હશે ?

'નવ્યા, પૂછીશ નહીં કે ભગવાન પાસે શું માગવું છે મારે ?'
નવ્યા મૌન.

'ઓ.કે. ન પૂછીશ, હું મારી જાતે જ કહીશ.'

'નવ્યા, મારી એક વાત માનીશ ?

'મારી વિદાય પછી તું બહુ જલદી લગ્ન કરી લઈશ ?

'ના, મજાક નથી કરતો. નવ્યા, મારે તારે પેટ જન્મ લેવો છે.
સાંભળ્યું, નવ્યા ? મારે તારે પેટ અવતરવું છે. નવ્યા, મારી મા બનીશ
ને ? તેં પણ કહ્યું હતું ને કે તું પણ પુનર્જન્મમાં માને છે...?'

'નવ્યા, ના ના, નવ્યા નહીં મા... મારી મા, હું પ્રતીક્ષા કરીશ.
મારો આત્મા ત્યાં સુધી ભટકતો રહેશે. હું તારા મા બનવાની
રાહ જોઈશ. મને વિશ્વાસ છે કે હું તારે પેટ જ ફરીથી જન્મ લેવાનો
છું. આ ક્ષણે મનમાં ફક્ત એ એક જ વાત પૂરી તીવ્રતાથી પડઘાઈ
રહી છે.'

નવ્યાની કોરીધાકોર આંખો આજે પહેલી વાર ધોધમાર વરસતી
રહી... વરસતી રહી...

હવે અવિનાશ લવારીએ ચડ્યો હતો.

'મા, મને તારે પેટે જન્મ આપીશ ને ? અને હા, તોફાન કરું
ત્યારે બહુ ખિજાવાનું નહીં હોં અને મારવાનું તો બિલકુલ નહી.
અને –

અવિનાશનું એક શિશુમાં રૂપાંતર થયું હતું.

'મા, હું તારી પ્રતીક્ષા કરીશ. હું આવીશ તારી પાસે આવીશ.
મને વહાલ કરીશ ને મા ?'

થોડી વાર એ ચૂપચાપ પડી રહેતો અને ફરી પાછી એ જ લવારી
પુનર્જન્મની, નવ્યાને પેટે અવતરવાની વાતો.

નીતરતી આંખે નવ્યાના હોઠમાંથી તેની પ્રિય પ્રાર્થનાના શબ્દો સરી રહ્યા.

'મંગલ મંદિર ખોલો દયામય.'

અસહ્ય પીડાથી છટપટાતો અવિનાશ નિઃસહાય શિશુની જેમ નવ્યા સામે એકીટશે તાકી રહ્યો હતો. પરમ સમીપે જવાની ક્ષણ આવી પહોંચી હતી પણ ન જાણે કેમ થાકેલી પાંપણો બિડાવાનું નામ નહોતી લેતી.

અચાનક વીજળી ઝબૂકી, મોતી પરોવાયું અને અને... નવ્યાએ પરમ મૃદુતાથી અવિનાશને પોતાની પાંખમાં લીધો. તેની છાતી પર અવિનાશના નબળા હોઠ મુકાયા, ન મુકાયા, એક શિશુનો બુચકારો પૂરો સંભળાયો કે ન સંભળાયો કશી સમજ ન પડી.

''દ્વાર ઊભો શિશુ ભોળો દયામય.'' નવ્યાનો હાથ અવિનાશના માથા પર વાત્સલ્ય વરસાવી રહ્યો. પ્રાર્થનાના શબ્દો વહેતા રહ્યા હતા. દિવ્ય તૃષાતુર આવ્યો આ બાળક...

એ ક્ષણે એક મા અને એક શિશુ બસ, એ બે સિવાય બીજા કશાનું અસ્તિત્વ જ નહોતું. બંનેના શરીરનું એકએક રૂંવાડું જીવંત બનીને શ્વસતું હતું. આખરી શ્વાસ તેજના અગણિત સૂક્ષ્મ વર્તુળો અવિનાશના શરીરમાંથી નીકળીને હળવે હળવે નવ્યાની ભીતર પ્રવેશી રહ્યાં.

('અભિયાન', દીપોત્સવી અંક)

❖

12

હાશકારો

વ્હીસલ વાગી અને ગાડી ઊપડી. છેલ્લી ઘડીએ ચડવાવાળા મુસાફરો રઘવાયા બનીને દોડી રહ્યા. ટ્રેનમાં ચડતાં જ રીવાની નજર આસપાસ ફરી વળી. આજકાલ તો સેકન્ડ એ. સી.ના ડબ્બામાં પણ આલતુ-ફાલતુ મુસાફરો ચડતા હોય છે. બાજુમાં કોણ આવશે ? જે આવે તે. મારે શું ? બેફિકરાઈથી બારી પાસે બેસતાં રીવા બબડી.

ત્યાં એક આધેડ વયનાં બહેન અને એની સાથે લગભગ રીવા જેવડી જ એક યુવતી બંને હાંફતાં-હાંફતાં ચડ્યાં. સીટ નીચે સામાન મૂકી હાશ કરીને રીવાની બરાબર સામે ગો.ઠવાયાં.

'બિંદી, તને કેટલી વાર કહ્યું છે કે ઘેરથી થોડા વહેલા નીકળીએ, પણ મારું સાંભળે કોણ ? જોયું ને પછી છેલ્લી ઘડીએ કેવી દોડાદોડી થઈ ?'

'પહોંચી તો ગયાં ને ? મારી મા હવે બંધ કર. હવેથી આગલે દિવસે સ્ટેશને આવીને બેસી જશું ઓ.કે. ?' કહેતાં બિંદી નખરાળું હસી પડી.

હાશકારો 119

રીવાએ એક મૅગેઝિન કાઢ્યું. જોકે વાંચવાની બહુ તત્પરતા દેખાઈ નહીં. થોડી વાર બારીના કાચમાંથી બહાર જોવાનો પ્રયત્ન કર્યો, પણ આકાશમાં કાળાં વાદળોએ ઘેરો ઘાલ્યો હતો. ગગનના ઝરૂખે પણ ઉદાસી છવાઈ હતી. રીવાના મનનું પ્રતિબિંબ પાડતું હતું કે શું ? રીવાને થયું એ. સી. કોચની આ જ તકલીફ કાચ ઊઘડે તો હવાની લહેરખીઓ આવે કે દોડી જતા ઝાડવા સાથે અલપઝલપ વાત થઈ શકે, પણ અહીં તો નરી એકલતા.

એકાએક રીવા ઊભી થઈ. ટ્રેનના બારણા પાસે જઈને ઊભી રહી. કશુંક અવલોકન કરતી હોય એમ આસપાસ જોતી રહી. થોડી વાર બારણા પાસે ઊભી કંઈક બબડતી ફરીથી પોતાની જગ્યાએ ગોઠવાઈ.

'ખરી છે આ છોડી. જરીયે જંપ નથી.' મા બબડી.

'જે હોય તે એના પગે આવ-જા કરે છે ને ? તને શું તકલીફ પડી ? એને જોઈને તારા ગોઠણ નથી દુખવાના. એ તો આપણે જાતે ચાલીએ તો જ દુખે એટલે તું એની ચિંતા કર્યા સિવાય ડબલાડૂબલી ખોલીને તારું રસોડું ચાલુ કર તો કંઈક મજા આવે. એ સિવાય ટ્રેનની મુસાફરી કરી હોય એવું લાગે જ નહીં. માએ થેલામાંથી થેપલાંનો ડબ્બો અને બટાટાની સૂકી ભાજી, અથાણું, વઘારેલા સેવ-મમરા જાતજાતની વસ્તુઓ કાઢી. એક પેપર પાથરી તેના પર ઢગલો કર્યો.

'મમ્મી, પેપર-પ્લેટ લેતાં ભૂલી ગઈ ને ?'

'અમને તો છાપાં જ યાદ આવે. પ્લેટુની ટેવ નહીં ને, તારે યાદ રાખવું હતું ને ?'

'તે રાખ્યું જ છે. કંઈ તારા ભરોસે નથી રહી.' કહેતાં બિંદીએ હસીને પેપર-પ્લેટ કાઢી.

ત્યાં રીવા ફરીથી પોતાની જગ્યાએ ગોઠવાઈ.

માએ એક પેપર-પ્લેટમાં રીવાને પણ સહજતાથી થેપલાં, શાક આપ્યાં.

રીવાએ ઇન્કાર કર્યો.

'અરે, બેટા, ના ન પડાય. અહીં તો આપણે સૌ પ્રવાસીઓ. ઘડીભરની આવનજાવન. આ તો પંખીનો માળો.'

જૂનીપુરાણી ફિલસૂફી કાને અથડાઈ. રીવાનો હાથ તોયે ન લંબાયો. તું તો અમારી આ બિંદી જેવી જ કહેવાય. લઈ લે બેટા. તને મૂકીને અમે ખાઈએ એ કંઈ સારું ન લાગે.'

'મમ્મી, એમ અજાણ્યા લોકો પાસેથી આજકાલ ટ્રેનમાં કોઈ તારાં થેપલાં લે નહીં. આજકાલ કેવા કિસ્સા બનતા હોય છે ?'

'અરે, આપણે કંઈ...'

વાક્ય પૂરું થાય તે પહેલાં જ રીવા બોલી ઊઠી.

'ના ના આંટી એવું નથી. બધાં કંઈ એવાં થોડાં હોય ?'

'તો પછી લે ને બેટા, નામ શું તારું ?'

રીવાએ આંટીની આંખમાં જોયું. ન જાણે શું દેખાયું. તેણે ચૂપચાપ પ્લેટ હાથમાં લીધી.

'થેંક્યુ આંટી અને હા, મારું નામ રીવા છે.'

રીવાને ખાવાનું જરાયે મન નહોતું, પણ કોઈ મોટેરાનું દિલ દુભાવવાનું મન ન થયું. ખાસ કરીને આજે તો નહીં જ. આમ પણ મન વિનાની કેટકેટલી વાતો જીવનમાં કરાતી જ આવી છે ને ? છેલ્લી એક વાર વધારે શો ફરક પડે છે ?

પણ એકાદ ટુકડો ખાધો ત્યાં શાકનો સ્વાદ ગમી ગયો. અને નહોતું ખાવું તોપણ આપોઆપ પ્લેટ ખાલી થઈ. 'બેટા, એકલી જ છો ? મુંબઈ જાય છે ?'

રીવાનું માથું હકારમાં જરીક અમથું હલ્યું.

'સારું સારું. આજકાલ તો છોકરીઓયે એકલી ફરે છે. અમારા જમાનામાં તો.'

'બસ મમ્મી હવે અમારા જમાનામાં આ શબ્દ જો બોલી, તો તું ઘરડી છે એ આપોઆપ સાબિત થઈ જશે.' બોલતી બિંદી હસી પડી.

'બોલ બેના, હું એવી ઘરડી લાગું છું ?'

'ના રે આંટી, તમે તો સરસ દેખાવ છો. બિલકુલ મારી મમ્મી જેવાં, અને... '

અચાનક રીવા અટકી ગઈ. જાણે કંઈક ન બોલવાનું બોલી નાખ્યું હોય તેમ.

ત્યાં તેનો મોબાઇલ રણક્યો. રીવાએ એક નજર નંબર પર નાખી ફોન ઉપાડવાને બદલે સ્વિચ ઑફ કરી નાખી. આંટી કશુંક બોલવા જતાં હતાં ત્યાં દીકરીએ તેનો હાથ હળવેથી દાબી માને રોકી.

એકીટશે રીવાને નીરખતી બિંદીની નજર જાણે રીવાને વાંચી રહી હતી. રીવાએ આંખો બંધ કરી. પાંપણે આવતા પાણીને રોકી રાખવા મથતી હોય તેમ હોઠ સખતાઈથી ભિડાયા. કશુંક ગળે ઉતારવા મથી રહી.

થોડી વારે તે ફરીથી ઊભી થઈને દરવાજા તરફ ચાલી. તેના ખોળામાંનું મૅગેઝિન નીચે પડી ગયું એનુંયે ધ્યાન ન રહ્યું.

બિંદીએ પડી ગયેલું મૅગેઝિન ઉપાડ્યું. રીવાની સીટ પર મૂકવા જતી હતી ત્યાં મૅગેઝિનમાંથી ગડી વાળેલો એક કાગળ નીચે સરકી પડ્યો. કાગળ ફરીથી મૅગેઝિનમાં મૂકવા જતી હતી ત્યાં કાગળ ઉપર લખાયેલા બે શબ્દોએ તેનું ધ્યાન ખેંચ્યું. તેણે ઝડપથી કાગળ ખોલ્યો.

નજર કાગળ પર ફરી રહી. કાગળ કંઈ બહુ મોટો નહોતો. તેણે કાગળ માના હાથમાં મૂક્યો. માએ પણ વાંચ્યો. તેનો ચહેરો ગંભીર બની ગયો. કંઈક બોલવા જતી હતી ત્યાં બિંદીએ ચૂપ રહેવાનો ઇશારો કર્યો. અને ઝડપથી કાગળ ફરીથી મૅગેઝિનમાં મૂકી દીધો. મૅગેઝિન જગ્યાએ મૂકી, માને બેસી રહેવાની નિશાની કરી તે ઊભી થઈ અને અને ઝડપથી ડબ્બાના દરવાજા પાસે પહોંચી.

રીવા બારણા પાસે કોઈ વિચારોમાં ઊભી હતી. બાજુમાં બીજા પણ બે-ચાર જણા ઊભા હતા. કદાચ પોતાનું સ્ટેશન આવવાની પ્રતીક્ષામાં. રીવાના ચહેરા ઉપર આ બધાની હાજરીનો સાફ અણગમો ઝલકતો હતો

રીવાને જોઈ બિંદીએ એક નિરાંતવો શ્વાસ લીધો. હાશ !

હવે બિંદી દરવાજાની એકદમ નજીક જઈને ઊભી. રીવાનું ધ્યાન તેના પર પડ્યું. તે બિંદી સામે જોઈ ફિક્કું હસી. બિંદીનો ચહેરો એવો જ ગંભીર રહ્યો. જાણે કશુંક નિરીક્ષણ કરતી હોય તેમ દરવાજાની બહાર જોયું –

'ના, સ્ટેશન આવતું લાગે છે. આ યોગ્ય સમય ન કહેવાય બિંદી ધીમેથી બબડી.

રીવાના કાન ચમક્યા. તેના ચહેરા પર હવે આશ્ચર્યની રેખાઓ ફરી વળી. કશું બોલી નહીં, પણ હવે તે ધ્યાનથી બિંદીનું, તેની એક એક ક્રિયાનું અવલોકન કરી રહી. બિંદી એકાદ મુસાફરને ધક્કો મારી સાવ બારણા પાસે આવી ગઈ. આ છોકરી હમણાં કદાચ ઝંપલાવી દેશે કે શું ? રીવાથી બિંદીનો હાથ પકડાઈ ગયો. બિંદીએ પોતાનો હાથ છોડાવવાનો પ્રયત્ન કર્યો, પણ રીવાએ મચક ન આપી.

ત્યાં સ્ટેશન આવતાં ગાડી ઊભી રહી. ચડવાવાળાઓનો ધક્કો લાગવાથી બિંદી અને રીવા બંને અંદરની તરફ ધકેલાયાં.

'મારો હાથ કેમ પકડ્યો ?' બિંદીએ કહ્યું.

'તમે બહાર એવી રીતે નમીને જોતાં હતાં કે મને બીક લાગી કે ક્યાંક પડી જશો તો ?'

'તો શું ?'

રીવા ચમકી...

'શું કરવું છે આ છોકરીને ? શું તે યે ?'

રીવા આગળ કશું વિચારે તે પહેલાં તેની નજર બિન્દી પર...

બિન્દી બહાર ઝંપલાવવા જતી હતી, પણ પાછળથી રીવાએ તેને મજબૂત રીતે પકડી લીધી. 'શું કરે છે બિંદી ?'

'મને છોડ રીવા પ્લીઝ.'

'અરે, પાગલ થઈ છે કે શું ? તને ભાન છે કે શું કરી રહી છે તું ?'

'હા મને ભાન છે. જીવનમાં આમ પણ બચ્યું યે શું છે ?'

'તારા આવા કોઈ પગલાથી આંટીને - તારી મમ્મીને કેવું દુઃખ થશે એનો વિચાર કર્યો છે ? આંટી કેટલાં પ્રેમાળ છે એ હું આ થોડા સમયમાં પણ જાણી શકી છું.'

'હા, પણ મારા જીવનથી જે દુઃખ થશે એના કરતાં મોતથી ઓછું દુઃખ થશે. એ પ્રેમાળ મમ્મીને હજુ કોઈ વાતની ખબર નથી એટલે જાણ થશે એટલે એ જ કહેવાની કે આના કરતાં મરી ગઈ હોત તો વધારે સારું થાત.'

'એવું બધું શું છે ? કોઈ મા એવું ન કહે.'

બોલાઈ ગયા પછી રીવા એકદમ અચકાઈ.

'રીવા, પ્લીઝ મને છોડી દે મને જવા દે.'

'એટલે કે મરવા દઉં ? મારી નજર સામે કોઈ ઠેકડો મારે અને

હું જોતી ઊભી રહું કે હા, બેન, તું તારે સુખેથી સિધાવ એમ ? મારી જગ્યાએ તું હોય તો તું પણ મને ન મરવા દે.'

'રીવા પ્લીઝ ! તું મારા વિશે, મારા સંજોગો વિશે કંઈ નથી જાણતી.'

'સંજોગો વિશે નથી જાણતી પણ તારી સાથે તારી પ્રેમાળ મમ્મી છે એટલી મને જાણ છે જ.'

'એ પ્રેમાળ મમ્મીનો પ્રેમ દીકરી કોઈ ભૂલ કરી બેસે ત્યારે વરાળ થઈને કેવો ઊડી જાય છે એ તને નહીં સમજાય. રીવા જીવનનાં અમુક સત્યો જાત અનુભવ સિવાય કદી સમજાતાં નથી. રીવા, પ્લીઝ ! મને જવા દે મારે માટે એક જ રસ્તો બચ્યો છે.'

રીવા એકાદ પળ અચકાઈ. કદાચ શું બોલવું તે સમજાતું નહોતું.

બિંદીએ રીવાને ધક્કો મારી નીચે ઝંપલાવવાની ફરીથી એક નાકામ કોશિશ કરી જોઈ.

રીવાએ બિંદીને ઝંઝોડી નાખી. અને જાણે માતાજી આવ્યા હોય એમ એકીશ્વાસે બોલતી રહી.

'બિંદી, દીકરી એવી કોઈ ભૂલ કરે ત્યારે મા ખિજાતી ચોક્કસ હશે. કદાચ ન બોલવાના આકરા બોલ પણ બોલી જતી હશે પણ એની પાછળ એના ગુસ્સા કરતાં એની વેદના, એની પીડા જ વધારે હોય છે. અને આપણા જીવન પર ફક્ત આપણા એકલાનો જ હક્ક હોય છે ? બિંદી, જીવન એટલું સસ્તું નથી. અને...'

રીવાએ નાનું સરખું લેકચર જ કરી નાખ્યું.

બિંદી રડી પડી. 'રીવા, તારી વાત સાચી છે પણ મારાથી સહન નથી થતું. નહીં થાય.'

'અને તારા ગયા પછી તારી મમ્મી, જીવનભર દીકરીને યાદ કરીને દુઃખી થઈને રડતી રહેશે એ તારાથી સહન થશે ? ગ્રેટ બિંદી.'

'આપ મૂએ પીછે ડૂબ ગઈ દુનિયા. પાછળથી મારે ક્યાં જોવાનું છે ? દેખવું યે નહીં ને દાઝવું યે નહીં.'

'મને ખબર નહોતી તું આટલી સ્વાર્થી હોઈશ.'

'સ્વાર્થી ?'

'હા, સ્વાર્થી જ તો. મા આકરાં વેણ કહે એટલે એ ભલે દુઃખી થાય. હું તો આ ચાલી... મને તમે કહ્યું જ કેમ ? અમે ગમે તે ભૂલ કરીએ તમને કશું કહેવાનો હક્ક નથી. એમ જ ને ?'

'ના, સાવ એવું તો નહીં, બિંદી જરીક ગૂંચવાઈ. માબાપને ખિજાવાનો હક્ક તો ખરો જ.'

'અને ખિજાયા પછી એ જ મા વહાલ કર્યા સિવાય રહી શકવાની ખરી ?'

રીવાએ પોતાની વાત ચાલુ રાખી. મન પર એક ઝનૂન સવાર થયું હતું. ગમે તેમ કરીને આ છોકરીને બચાવવી જ રહી. ખબર પડ્યા પછી આમ કંઈ કોઈને મરવા થોડું દેવાય ?

'રીવા...'

'બિંદી, પ્લીઝ ! મારી વાત પર વિચાર કર. બેન, જીવન બહુ અણમોલ છે. અને દરેક પ્રશ્નનો ઉકેલ હોય જ છે. બસ શોધવો પડે એટલું જ. આવતી કાલ કોઈ ચમત્કાર લઈને ઊગે એવી શક્યતા નકારી કેમ શકાય ? અને આમ પણ મરી તો ગમે ત્યારે શકાય જ છે ને ? આવડી ઉતાવળ શું ?'

'રીવા...' બિંદીનો અવાજ ગળગળો બન્યો.

'બિંદી, હું તને એ નહીં પૂછું કે તું શું ભૂલ કરી બેઠી છો કે તારા સંજોગો કેવા છે ? તારી અંગત વાતમાં માથું નહીં મારું, મને એવો કોઈ હક્ક નથી. છતાં એટલું ચોક્કસ જ કહીશ કે મમ્મી કે

આઈ એમ શ્યૉર

કોઈ પોતીકું સ્વજન બોલે ત્યારે મૌન રહીને સાંભળી લેવું. આપણી ભૂલ થઈ હોય તો કબૂલ કરી લેવી અને પછી માના ખોળામાં માથું મૂકીને શરણાગતિ સ્વીકારી લેવી.

'બોલો, હવે તમે જ રસ્તો બતાવો. ભૂલ તો મેં કરી જ છે. હવે તમે કહો એમ હું કરું. જે સજા આપો એ મને કબૂલ બસ જીવન-મરણ બધું માને ખોળે સોંપી દેવું.'

રીવા એકીશ્વાસે બોલી રહી. તેના મનમાં આ શું ઊઘડી રહ્યું હતું ? પોતે આવું બોલી શકતી હતી ? વિચારી શકતી હતી ? આ બધું તે કહી રહી હતી ?

'થેંક યુ રીવા, તેં મને આજે બચાવી લીધી. તારી વાત સાચી છે. હું સ્વાર્થી છું. મેં ફક્ત મારો જ વિચાર કર્યો. મારા સ્વજનોનો નહીં. મારી આત્મહત્યાથી મારા કુટુંબની કેવી બદનામી થાત, મારી નાની બહેનના લગ્નમાં પણ કદાચ વિઘ્ન આવત. મારી ભૂલની સજા મારા કુટુંબને હું આપતી હતી ? રીવા, હું સાચું કહું છું. હું આવી કાયર તો કદી નહોતી. ક્ષણિક આવેશમાં આવીને. નહીં રીવા, હું સામનો કરીશ... મોત માટે જે હિંમત એકઠી કરી હતી એ હિંમત હવે જીવન માટે વાપરીશ. રીવા, તારો ખૂબ ખૂબ આભાર. તારી આ વાત હું કદી નહીં ભૂલું, કદી નહીં. રીવા, પ્લીઝ મારી મમ્મીને આ વાતનો અણસાર ન આવવો જોઈએ. એ ભાંગી પડશે. પ્લીઝ, રીવા.'

કહેતાં બિંદીએ પોતાની આંખો ફરી એક વાર લૂછી અને પોતાનો હાથ લંબાવ્યો.

'ફ્રેંડ ?'

રીવાએ એ હાથમાં પોતાનો હાથ મૂક્યો. હળવેથી દબાવ્યો. તેની આંખો પણ ભીની બની હતી. તેના ચહેરા પર એક જિંદગી બચાવાયાનો

આનંદ, એક નશો તરવરતો હતો. કોઈની જિંદગી બચાવવી એટલે શું ? એ અનાયાસે સમજાયું હતું.

એકબીજાનો હાથ પકડી બંને ધીમેથી પોતાની જગ્યાએ પાછાં ફર્યાં.

બિંદીની મમ્મી ઉચાટ જીવે બેઠી હતી. બિંદી આવતાં જ તેણે પ્રશ્નાર્થભરી નજરે દીકરી સામે જોયું. જવાબમાં માત્ર મમ્મી જ સમજી શકે એવું નાનકડું વિજયી સ્મિત કરી બિંદીએ મા સામે આંખ મીંચકારી. માએ હાશ કરી ફરીથી લંબાવી દીધું.

બિંદી અને રીવા બંનેના મનમાં એક હાશકારો છવાયો હતો.

ઘેરાયેલું આકાશ ચોખ્ખુંચણાક બનીને નિરાંતવા જીવે વરસી પડ્યું. આકાશનો ગોરંભો છૂમંતર...

ગાડી દોડતી રહી. રીવાએ થોડી વારે પેલા મૅગેઝિનમાંથી કાગળ કાઢ્યો. ફાડીને ઝીણા ઝીણા ટુકડા કર્યા. મોબાઇલની સ્વિચ ઑન કરી...

'હેલ્લો...'

('મમતા', ડિસે., 2013)

ઘડિયાળ નવ વાગ્યાનો સમય
બતાવતી હતી. થોડીથોડી વારે
વાદળના પંજામાંથી છટકીને
સૂરજનાં બે-ચાર તોફાની ચાંદરડાં
ઘરમાં હડિયાપટ્ટી કરી જતા હતાં,
પણ સુરેખાને એની સામે જોવાની
ફુરસદ ક્યારે હોય છે ? સંચાની
ઘરઘરાટી રાત-દિવસ ચાલે ત્યારે જ
બે છેડા ભેગા થાય છે. આ ક્ષણે
સુરેખાનું સઘળું ધ્યાન આજના
ઓર્ડરનું છેલ્લું ફ્રૉક પૂરું કરવામાં
કેન્દ્રિત થયું હતું.

ત્યાં તીર્થાનો અવાજ આવ્યો.

'મમ્મી, આજે મારે કૉલેજે
વહેલું જવાનું છે.'

સુરેખા જવાબ આપે તે પહેલાં
જ ડોરબેલ વાગી.

તીર્થા બહાર ગઈ. બારણું
ખોલ્યું. સામે કોઈ અજાણ્યા પુરુષને
ઊભેલો જોઈ મૂંઝાઈ.

'કોનું કામ છે ?'

પુરુષ જરા અચકાયો
જલદીથી જવાબ ન અપાયો.

'બેટા, કોણ છે ?' અંદરથી
સુરેખાનો અવાજ આવ્યો.

13

ફરી
એક વાર

'ખબર નહીં, મમ્મી. હું ઓળખતી નથી. તું જો ને.'

સુરેખા સંચા ઉપરથી ઊભી થઈ. અધૂરું સીવાયેલું ફ્રૉક નીચે સરી પડ્યું.

'અત્યારે વળી કોણ છે ?' બબડતી સુરેખા બહાર નીકળી.

તીર્થા બારણા આડેથી થોડી દૂર ખસી.

'કોનું કામ છે ભાઈ ?'

શબ્દો સાથે જ સુરેખાની નજર પુરુષ પર પડી.

અને એક થડકારો ચુકાયો. નજર સામે ઊભેલી વ્યક્તિ પર સ્થિર થઈ. ઓળખવા મથી રહી કે શું ?

ના, ઓળખવા નહીં પણ આંખ ઉપર વિશ્વાસ નહોતો આવતો તેથી ખાતરી કરવા...

સુરેખાની નજર ક્ષણાર્ધમાં આગંતુકના પગથી માથા સુધી ફરી આવી. એકાદ પળ આંખોમાં દીવા પ્રગટ્યા, પણ બીજી પળે એ જ શૂન્યતા. આકાશમાં વીજળીનો એક ઝબકારો દેખાયો, પણ કોઈ મોતી ન પરોવાયું.

આગંતુકની નજર પણ સુરેખાને તાકી કે માપી રહી.

એક સન્નાટો. તીર્થા માની સામે જોઈ રહી. મમ્મી કેમ કશું બોલતી કે પૂછતી નથી ?

સુરેખાના હોઠ ફફડ્યા... સુકેતુ...

'સુરેખા.'

સામેથી ધીમો પણ થોડો સ્પષ્ટ ઉચ્ચાર.

પુરુષે અંદર આવવાની ચેષ્ટા કરી.

નહોતું ખસવું તોયે સુરેખાથી જરીક ખસાઈ ગયું. અંદર આવવા જેટલી જગ્યા થઈ.

સુકેતુ અંદર આવ્યો. તીર્થા જોઈ રહી. તેની આંખોમાં આશ્ચર્ય અંજાયું.

આઇ એમ શ્યૉર

આ વળી કોણ છે ? કંઈ બોલ્યા સિવાય સીધું અંદર ઘૂસી ગયું ? મમ્મીએ એને કેમ આવવા દીધો ? મમ્મી પણ ખરી છે ! આવી લઘરવઘર વ્યક્તિને ઘરમાં આવવા દે છે ? તીર્થાના ચહેરા પર અણગમો લીંપાઈ રહ્યો.

પુરુષ અંદર આવ્યો. તેની બાજનજર કશુંક શોધવા ઓરડામાં ચારે તરફ ફરી વળી. કશું પરિચિત દેખાય છે ? પણ ઓળખાણનો અણસાર આપતી કોઈ ઝલક નજરે ન ચડી. હા, સામેની દીવાલ પર પિતા કેશવલાલની છબી દેખાણી જેના પર ઝાંખો પડી ગયેલો એક હાર લટકતો હતો. અર્થાત્ પિતા હવે નથી રહ્યા. અને મા ? સુકેતુના મનમાં પ્રશ્ન જાગ્યો, પણ પૂછવાની ઉતાવળ ન કરી.

સુકેતુ એક ખુરશી પર બેઠો. સુરેખા ચૂપચાપ ઊભી હતી.
'આ... આ તીર્થા આપણી દીકરી ? આવડી મોટી.'
વાક્ય પૂરું થાય તે પહેલાં જ 'ના. મારી દીકરી.'
'મમ્મી, આ અંકલ કોણ છે ?'
'બેટા, હું અંકલ નહીં. તારો પિતા છું.' સુરેખા કોઈ જવાબ આપે તે પહેલાં પુરુષે મોકો ઝડપી લીધો.
તીર્થા અવાચક. આટલાં વરસે આ શબ્દ સાંભળવાની એની કોઈ તૈયારી નહોતી.

સુરેખા કશુંક બોલવા જતી હતી પણ શબ્દો ન મળ્યા.
'બેટા, મારી પાસે આવીશ ? કેટલાં વરસો બાદ મારી દીકરીને જોઈ રહ્યો છું. છેલ્લે તને જોઈ ત્યારે તું ત્રણ વરસની ઢીંગલી હતી.'
સુકેતુએ હસવાનો પ્રયત્ન કરીને દીકરીને બોલાવી.
તીર્થા આગળ ન આવી.
'તીર્થા, તારે કૉલેજનું મોડું થશે. તું નીકળ.'
'મમ્મી, તું કહે તો હું આજે ન જાઉં.'

કદાચ માને કોઈ સધિયારાની જરૂર હોય તો.

'ના બેટા, તું તારે જા.'

'મમ્મા શ્યૉર ?'

જવું કે ન જવું ? તીર્થા એક અવઢવમાં હતી. માને પોતાની કોઈ જરૂર પડે તો ? હવે કંઈ પોતે નાની નથી. મમ્મીએ તેનાથી કશું છુપાવ્યું નથી. બારમા ધોરણની પરીક્ષા પૂરી થઈ ત્યારે એક દિવસ માએ તેને પાસે બેસાડીને ભીતરના સઘળા દરવાજા ખોલી નાખ્યા હતા. મા-દીકરી બંને તે દિવસે ધોધમાર વરસ્યાં હતાં. એ દિવસથી તીર્થા દીકરી મટીને માની અંતરંગ સખી બની ગઈ છે.

તીર્થાને અચકાતી જોઈ સુરેખાએ ફરીથી કહ્યું,

'બેટા, તું તારે જા.'

અંતે માની સામે જોતી તે બહાર નીકળી.

'મમ્મા, ટેક કેર.'

'ઓ.કે. બેટા ચિંતા ન કરીશ.'

'હું કંઈ અજાણ્યો નથા, તે તારી માની ચિંતા કરવી પડે.'

સુકેતુને આવું કંઈક બોલવું હતું, પણ બોલી ન શકાયું. મનમાં થયું,

લાગે છે જરાક હક્કથી જ વાત કરવી પડશે. નહીંતર...

'સુરેખા, કુંજ આપણો દીકરો ક્યાં ? હવે તો એ પણ ખાસ્સો મોટો થઈ ગયો હશે. અને બા ક્યાં ?'

સુરેખાનું મૌન અકબંધ રહ્યું. કુંજ સ્કૂલમાંથી પ્રવાસે ગયો હતો અને સાસુ મંદિરે દર્શન કરવા ગયાં હતાં, હવે આવવાં જ જોઈએ એવું કશું બોલવાનું મન ન થયું.

'તારો ગુસ્સો સમજી શકું છું. મને માફ નહીં કરે ?' અવાજમાં શક્ય તેટલી મીઠાશ ઘોળાઈ.

સુરેખા ચૂપચાપ તેની સામે જોઈ રહી.

'એક ગ્લાસ પાણીનું પણ નહીં પૂછે ?'

સુરેખાએ પાણીનો ગ્લાસ ધર્યો.

સુકેતુએ એકીસાથે પાણી ગટગટાવ્યું.

'સુરેખા, ચૌદ ચૌદ વરસની રઝળપાટથી હવે હું થાકી ગયો છું. હવે શરીર પણ પહેલાં જેવું સાથ નથી આપતું. અને ગમે તેમ તોયે આ મારું ઘર છે. દુનિયાનો છેડો ઘર અમથું કહ્યું હશે ? આજે અહીં આવીને એવી શાંતિ લાગે છે, હાશ ! અંતે ઘર પામ્યો ખરો.'

'આજે પૂરાં ચૌદ વરસ પછી ઘર યાદ આવ્યું ? શરીર સાથ નથી આપતું એટલે ? દસ ચોપડી ભણેલી, કોઈ ડિગ્રી વિનાની પત્ની, સાવ નાનકડાં બે સંતાનો, વૃદ્ધ મા-બાપ... ઘરમાં કોઈ બચત નહીં એવી નારી કેમ જીવશે ને બધાને કેમ જિવાડશે ? એવો કોઈ વિચાર સુધ્ધાં ન આવ્યો ? કદાચ આવેશમાં આવીને ચાલી ગયા તોપણ એક અઠવાડિયા, એકાદ મહિના અરે, એકાદ વરસમાં પણ કોઈ જવાબદારી યાદ ન આવી ? પતિની ગાળો કે કદીક પતિના હાથનો માર ખાધા પછી પણ હું એક ગામડાની છોકરી પતિ પરમેશ્વરના પાઠ ભણેલી, સામાન્ય મધ્યમ વર્ગની સ્ત્રી એક હરફ ન ઉચ્ચારતી. પતિના લાખ અન્યાય પછી પણ માથે પતિ નામનું છાપરું હોવાની એક સલામતીની ભાવના મનમાં ઊછરતી. કદાચ એને લીધે જ તમારા ગયા પછી પણ શરૂઆતનાં બે, ચાર વરસ મારી ભીતર એક શબરી શ્વસતી રહી હતી. દરેક ટકોરામાં તમે આવ્યાનો આભાસ થતો. રઘવાઈ બની હું બારણું ખોલતી પણ મારા વલોપાતને ચૌદચૌદ વરસ સુધી કોઈ હોંકારો ન મળ્યો.

રોજ રાતના સન્નાટામાં લાલ હિંગળોક બની ગયેલી મારી આંખોમાં સમંદર છલકતો. એની જાણ છે તમને ?

આજે તમને સામે ઊભેલા જોઈને મારી ભીતર કોઈ સ્પંદનો નથી જાગતાં. મનની ડાળે કોઈ ટહુકા નથી ફૂટી શકતા. સઘળી લાગણીઓ ઠીંગરાઈને વસૂકી ગઈ છે. કોઈ કાંકરીચાળો જંપેલા જળને ખળભળાવી નથી શકતો. આજે સુકેતુ મારા માટે એક અપરિચિત નામ બની ગયું છે. જેને મારું દિલ આવકારી નથી શકતું. ચૌદચૌદ વરસ સુધી એક સ્ત્રીએ પળેપળે કરેલા જીવનસંઘર્ષની તમને જાણ છે ખરી ? એકલે હાથે, વગર પૈસે, કોઈના ટેકા વિના આ જમાનામાં બાળકોને ઉછેરવાં એટલે શું ? એ તમને સમજાઈ શકે ખરું ? બાળકો કંઈ મારી એકલીનાં તો નહોતાં ને ?

તમારા પિતાના સ્વભાવની તમને ખબર હતી. એમને વરસો સુધી મેં કેવી રીતે પાલવ્યા છે એનો અંદાજ આવી શકે ખરો તમને ? બાને તો હંમેશાં મૌન ઓઢીને જ બેસવાનું આવ્યું હતું. એની તો તમને ચોક્કસ ખબર છે. બાર વરસની ઉંમરે પરણીને આવ્યાં તે ઘડીથી બિચારાં કદી બોલવા જ ક્યાં પામ્યાં હતાં ?

સમાજના જાતજાતના સવાલોનો સામનો કરવો એટલે શું ? એ તમે જાણી શકો ? જીવનના સંઘર્ષનો સામનો કરવાને બદલે કાયર બની તમે તો ભાગી છૂટ્યા પણ હું કેમ ભાગું ? ક્યાં ભાગું ? અબળા ખરી ને ! ભાગવાની હિંમત ક્યાંથી લાવું ? પણ સુકેતુ, તમને ખબર છે ? સંજોગોની ખરલમાં ટિચાઈ-ટિચાઈને એક અબળા આજે સબળા બની ચૂકી છે. એની ભીતરની સ્ત્રી કદાચ જાગી ચૂકી છે.

બાકી વનવાસ હંમેશાં રામનો પૂરો થાય છે, સીતાનો વનવાસ તો મહેલમાં કે જંગલમાં અવિરત ચાલુ. એની અગ્નિપરીક્ષા તો પળપળની...

તમે પુરુષ છો, મન ફાવે ત્યારે જઈ શકો અને કશું જ ન બન્યું હોય એમ વીતી ગયેલાં વરસોને ખંખેરીને પાછા આવી શકો. પોતીકા ઘરનો દાવો હક્કથી કરી શકો પણ મને પૂરી પ્રામાણિકતાથી જવાબ

આપો તમારે બદલે હું ભાગીને વરસો બાદ પાછી આવી હોત તો ? સ્વીકારી શકત મને ? ભૂલ થઈ ગઈ એમ કહી દેવાથી તમે બધું ભૂલી જાત ?

કેટકેટલું કહેવાનું હતું સુરેખાને ! હૈયું તો જોશજોશથી ચીખી રહ્યું હતું, પણ આજ સુધી નથી બોલી. આજેયે ન જ બોલાયું. આમ પણ શો અર્થ હતો હવે એ બધાનો ? રડી-રડીને થાકીને અંતે એક અસ્તિત્વને હંમેશ માટે આંસુના પીડાના સમંદરમાં ધરબી દઈને જીવવા જિવાડવાનો સંઘર્ષ આદર્યો હતો.

આજે વરસો બાદ સુકેતુને જોતાં ભીતરમાં દફનાવી દીધેલી અતીતની વેદનાનો ઓથાર ઊમટી આવ્યો.

બહાર આકાશમાં જાણે તાંડવ ચાલી રહ્યું હોય એમ વરસ્યા વિનાનાં વાદળો જોરશોરથી ગરજી રહ્યાં હતાં.

ઘરમાં પતિ, પત્ની અને સન્નાટો... થોડી મૌન પળો, અને... સુરેખા ધીમે પગલે અંદર ગઈ.

સુકેતુ અકળાયો. તેને તો હતું કે પોતાને જોતાં જ પત્ની વળગીને રડી પડશે. થોડી ઘણી ફરિયાદ કરશે. પોતાની ચિંતા કરતા પ્રશ્નો પૂછશે. એને બદલે અહીં તો બધી કલ્પનાઓ... સઘળી ગણતરીઓ ખોટી પડતી જણાઈ.

હવે શું કરવું તે સમજાયું નહીં. પોતે તેની પાછળ જાય કે નહીં ? જવું જ જોઈએ. કેમ ન જઈ શકે ? આખરે આ ઘર તેનું પોતાનું હતું. તે આ ઘરનો માલિક હતો. હા, વચ્ચે થોડાં વરસો તે ઘર છોડીને ચાલ્યો ગયો હતો પણ એથી કંઈ તે આ ઘરનો મટી થોડો ગયો હતો ? પુરુષનો અહમ્ ઘવાયો.

સો વાતની એક વાત,0 બહુ રઝળપાટ કરી હવે પોતે ઘર નહીં છોડે. એમાં કોઈના વાંધાવચકા નહીં ચાલે. અરે, આવો વિચાર કરવાની જરૂર જ ક્યાં છે ? પોતાનું ઘર છે, પોતાનો હક્ક છે. એમાં વળી

10.

વિરોધની વાત જ ક્યાં આવી ? સુકેતુ મનોમન પોતાનો હક્ક સિદ્ધ કરવા મથી રહ્યો.

જોકે આમ તો કોઈ મોટો પ્રશ્ન નથી. સુરેખા પહેલેથી પતિપરાયણ સ્ત્રી રહી છે. પતિ પરમેશ્વરમાં માનનારી સ્ત્રી વિરોધ થોડો કરવાની ? લગ્નનાં સાત વરસમાં કદી કોઈ વાતે વિરોધ કર્યો હતો ?

હા, પત્ની રિસાઈ છે. થોડોક ભાવ ખાશે, મનાવી લેવાશે એ તો. એમાં વળી વાર કેટલી ? બહુ થશે તો જરીક ચમત્કાર બતાવવો પડશે.

અને હા, મા દેખાતી નથી. મંદિરે ગઈ હશે ? મા તો પોતાને જોઈને રીતસર રડી જ પડવાની. 'ભાઈ આવી ગયો ? ક્યાં ચાલ્યો ગયો હતો અમને મૂકીને ?' સાડલાથી આંસુ લૂછતી જશે ને બોલતી જશે.

કદાચ થોડું ખિજાય પણ ખરી. જોકે ખિજાવાની આદત બાપુજીએ પડવા જ ક્યાં દીધી હતી ? ધોકે નાર પાંસરી એવું કંઈક બાપુજી બોલતા રહેતા.

પણ બાએ ક્યારેય સામો જવાબ નથી વાળ્યો. એ બધું પોતે નાનપણથી નજરે જોતો જ આવ્યો હતો ને ? ત્યારે નહોતી બોલતી એ આજે આ ઉંમરે શું બોલવાની હતી ? બા આવશે એટલે સુરેખા પણ એની જાતે ઠેકાણે આવી જશે... આ તો બોલતો નથી ત્યાં સુધી. લાગે છે ફૂંફાડો તો રાખવો જ પડશે. બૈરાને બહુ માથે ન ચડાવાય. બાપુજી બરાબર જ કહેતા હતા. બાએ કદી બાપુજી સામે ચૂં કે ચાં કર્યું હતું ?

થોડી વારે સુકેતુની ધીરજ ખૂટી. તે ઊભો થયો.

અંદરના રૂમમાં ગયો. સુરેખા મશીન પર કંઈક સીવતી હતી. સંચો કંઈક વધારે પડતા જોશથી જ ચાલી રહ્યો હતો.

સુકેતુ જોઈ રહ્યો. સંચાની ઘરઘરાટી અવિરત ચાલુ રહી.

સુકેતુને જોઈ સુરેખાના પગ સંચા ઉપર વધારે જોશથી દબાયા.

'સુરેખા, બા ક્યાં ?'

'મંદિરે ગયાં છે. થોડી વારમાં આવવા જોઈએ.'

સુકેતુના મનમાં એક હાશકારો થયો. બસ બા આવે એટલી વાર છે. બધું બરાબર થઈ જશે.

'સુરેખા, કેમ કંઈ બોલતી નથી.'

'બોલવાની ટેવ નથીને એટલે.'

'અરે, આટલાં વરસો પછી ઘેર આવ્યો છું. મને જોઈને તું ખુશ નથી થઈ ? પૂછ તો ખરી કે મેં આટલાં વરસો કેમ કાઢ્યાં ? ક્યાં કાઢ્યાં ?'

પણ મૌન અકબંધ રહ્યું.

'મારાથી નારાજ થઈ છો ? મારી ભૂલ હતી. એક વાર કહ્યું તો ખરું. કહે તો લેખિતમાં આપું કે પગે પડીને માફી માગું.'

'મારે આજે આ કપડાં સીવીને આપી દેવાનાં છે. આ મહિને તીર્થાની કૉલેજની ફી ભરવાની છે.'

ત્યાંથી ચાલ્યા જવાનો, ડિસ્ટર્બ નહીં કરવાનો સ્પષ્ટ નિર્દેશ જોઈ શકાયો.

સુકેતુ પગ પછાડતો પાછો બહારના રૂમમાં આવી ગયો. ટિપોય પર પડેલું છાપું ઉપાડ્યું. પાનાં ઉથલાવ્યાં.

ટી.વી. પર નજર જતાં ટીવી ચાલુ કર્યું. નવું લીધું લાગે છે. મનમાં વિચાર ઝબકી ગયો. સુરેખા કપડાં સીવીને સારું કમાઈ લેતી લાગે છે. પોતાને કામ નહીં મળે તોપણ ચાલશે. બહુ રઝળપાટ કરી લીધી. તન ઉપર ભગવાં કપડાં પણ પહેરી જોયાં પણ મન ઉપર ભગવો રંગ ચડ્યો નહીં.

ટી.વી. ની ચેનલોની સાથે મનમાં વિચારોની ચેનલો આડેધડ ફરતી રહી. અચાનક ખ્યાલ આવ્યો. ભૂખ લાગી હતી. સુરેખાએ ચાનું પણ નથી પૂછ્યું. ખેર હમણાં બા આવે એટલી વાર. નહીં કરે તો ક્યાં જશે ? સમજે છે શું એના મનમાં ? બૈરાની જાતને ચડી બેસતાં વાર નહીં. એક વાર બધું બરાબર થઈ જાય પછી...

મનમાં ઘોડા ઘડતો બેઠો હતો ત્યાં...

બા અંદર આવી.

'સુરેખા, આ શાકની થેલી લે ને બેટા.'

સુરેખા આવે એ પહેલાં સુકેતુએ દોડીને માના હાથમાંથી થેલી લીધી. માને પગે લાગ્યો.

મા જોઈ જ રહી. જલદીથી ઓળખાણ ન પડી.

'બા, હું સુકેતુ તારો દીકરો. દીકરાનેયે ભૂલી ગઈ ?'

મા સ્તબ્ધ ! બે-પાંચ પળો એમ જ ચિત્રવત્ ઊભી રહી ગઈ.

માની આંખો જરીક ભીની બની કે પછી ફક્ત એક ભ્રમ ?

આજે અચાનક ફિનિક્સ પંખી રાખમાંથી આળસ મરડીને બેઠું થયું હતું. અતીતનો એક આખો ટુકડો સજીવન થઈને ઘરમાં દોડી આવ્યો હતો, પણ...

'બા હવે હું હંમેશાં તારી સાથે રહેવાનો છું. તમને બધાને છોડીને જવાની ભૂલ કરી હતી. પણ બા સવારનો ભૂલેલો સાંજે પાછો આવે તો...'

વાક્ય અધૂરું જ રહ્યું કે રખાયું...

મા દીકરાની સામે જોઈ રહી. એની આંખો વાંચવાનો પ્રયત્ન કરી રહી કે શું ?

હાશ ! મા નથી બદલાઈ. હવે બાજી આપણા હાથમાં. પત્ની નહીં સમજે ને જશે ક્યાં ?

138 આઇ એમ શ્યૉર

'બેસ બેટા હું આવું.'

મા ધીમા પગલે અંદર ગઈ. અંદર જઈને બારણાં બંધ કર્યાં. સુકેતુ નવાઈથી જોઈ રહ્યો. હવે મા થોડીક નહીં આખ્ખેઆખી બદલાયેલી કેમ લાગી ?

અંદર સુરેખા સાથે ક્યાંય સુધી કંઈક ગુસપુસ ચાલતી હોય એવું લાગ્યું. સુકેતુને કંઈ સમજાયું નહીં. દીકરા પાસે બેસવાને બદલે અંદર વહુ સાથે વળી શી વાત કરતી હશે ? અને તે પણ બંધ બારણે ?

થોડી વારે મા બહાર આવી.

ઘરમાં અને બહાર આકાશમાં મેઘો જોરશોરથી ગરજી રહ્યા, પણ...

થોડી વારે વાદળોના સકંજામાંથી છૂટેલા સૂરજદાદાએ એક નવાઈભર્યું દશ્ય જોયું.

સુકેતુ ફરી એક વાર ઘરની બહાર જઈ રહ્યો હતો ચૌદ વરસો પહેલાં તેણે ઘર છોડ્યું હતું. આજે ચૌદ વરસો બાદ ઘરે તેને છોડ્યો હતો. આજે કદાચ પહેલી વાર એક બુઢ્ઢી મા કે એક અબળા નારી નહીં, એક દીકરો, એક પુરુષ, એક પતિ ઘરની બહાર જઈ રહ્યો હતો.

પુરુષે એક વાર પાછળ ફરીને જોયું. માએ કોરીકટ્ટ આંખે હળવેકથી બારણું બંધ કર્યું. મક્કમ પગલે અંદર ગઈ. સુરેખા ખુલ્લી બારી પાસે ઊભી હતી. પગરવ સાંભળી તે પાછળ ફરી. સાસુ સામે જોયું. ધીમે રહીને બારી બંધ કરી.

અને પછી સાસુ-વહુ; ના ના બે સ્ત્રીઓ એકમેકને વળગીને ફરી એક વાર કદાચ પહેલી અને છેલ્લી વાર પીડાનો દરિયો વહાવી રહી.

છબીમાં સમાઈ ગયેલા કેશવલાલની આંખો આશ્ચર્ય અને આઘાતથી એવી તો પહોળી બની હતી કે...

('ચિત્રલેખા' દીપોત્સવી અંક 2013)

14
દીકુ ઊડી ગયો

સૂરજ મહારાજે પોતાની આખરી રંગલીલા આકાશમાં વેરી અને બીજે દિવસે આવવાનો મૌન વાયદો કરી હળવેકથી ક્ષિતિજને પેલે પાર સરકી ગયા. ઝાંખુંપાંખું અંધારું ધીમે પગલે પ્રવેશીને પોતાનું સામ્રાજ્ય જમાવી રહ્યું હતું. થાક્યાંપાક્યાં પંખીઓ પોરો ખાવા પોતપોતાના માળામાં લપાઈને જંપવા લાગ્યાં હતાં.

કુબેરભાઈ અને દીવાબહેન બહાર બાલ્કનીમાં હીંચકા પર મૌન ઓઢીને બેઠાં હતાં. હંમેશની જેમ જ નજર ક્ષિતિજને પેલે પાર જોવા મથતી હતી, પણ કંઈ ભળાતું નહોતું. રોજ સાંજે માળામાં પાછાં ફરતાં પંખીડાંઓનો કલબલાટ નીરખતાં આ હીંચકા પર કલાકો બેસી રહેતાં. ખાસ કોઈ વાતચીત સિવાય જ. ગમે તે વાત કરે, પણ અંતે અનિચ્છાએ પણ ન ગમતી વાત હોઠ પર આવી જતી અને બીજી જ ક્ષણે શબ્દો ખોવાઈ જતા. દૂરદૂરથી એક સન્નાટો ન જાણે ક્યાંથી આવીને બંને વચ્ચે પથરાઈ

રહેતો.

આજે અચાનક દીવાબહેનનું ધ્યાન સામેના વૃક્ષ પર ગયું. એકાદું પંખીડું માળામાંથી ડોકિયું કરતું દેખાયું. શું તે પણ ચાંચ લંબાવીને પોતાના બચ્ચાની પ્રતીક્ષા કરી રહ્યું હતું ? કદાચ હમણાં જ ઊડતા શીખેલું બચ્ચું હજુ પાછું નહીં ફર્યું હોય તેની ચિંતા કરતું હતું.?

દીવાબહેન અને કુબેરભાઈ જીવનના છઠ્ઠા દાયકામાં હજુ હમણાં જ પ્રવેશ્યાં હતાં. કુબેરભાઈ ગયા વરસે જ રિટાયર્ડ થયા હતા. સરકારી નોકરી હોવાથી નિવૃત્ત થયા પછી પણ પેંશન આવતું હતું. એથી કોઈ મુશ્કેલી નહોતી. ખાસ કોઈ તકલીફ સિવાય ઘર ચાલતું રહેતું. આમ પણ બંનેની જરૂરિયાત જ કેટલી ઓછી હતી ? પોતીકું ઘર હતું. એથી બીજી કોઈ ચિંતા નહોતી.

રોજનો નિત્યક્રમ ગોઠવાઈ ગયો હતો. એક ચોક્કસ રૂટિન મુજબ બધું આપોઆપ થતું. હવે ખાવાના શોખ રહ્યા નહોતા. બે જણાનાં ખીચડી-શાક કે ભાખરીમાં કેટલી વાર લાગવાની ? એમાં પણ દીવાબહેનને મદદ કરવા કુબેરભાઈ રસોડામાં સાથે હોય જ. જીવનની જેમ બધું કામ પણ સહિયારું હતું. એકમેકની ઓથે જીવન જીવાતું હતું. બિલકુલ શાંત, જંપી ગયેલા જળની જેમ એમાં કોઈ તરંગ નહોતા ઊઠતા. હવાની કોઈ લહેરખી જંપી ગયેલા જળને જગાડતી નહોતી. કોઈ ઊથલપાથલ વિના પાણીથી છલોછલ ભરેલું સરોવર કિનારે ઊભેલાં વૃક્ષોને તાકતું રહેતું. એના ટચૂકડા રહેવાસીઓ સાંજ પડે આવી જતાં અને વૃક્ષોને ગજવી મૂકતાં. તળાવ એ બધું મૌન બનીને અનાસક્તિપૂર્વક નીરખતું રહેતું અને ફરી પાછું જંપી જતું. કોઈ વમળ સિવાય જ...

પણ આજે સવારે જળ જરીક ખળભળ્યાં હતાં. વહેલી સવારે રોજના નિયમ મુજબ બાલ્કનીની પાળી ઉપર પંખીડાંઓને ચણ નાખવા કુબેરભાઈ આવ્યા.

'દીવા, જરા જો તો ખરી... કુબેરભાઈનો મોટો અવાજ સાંભળી દીવાબહેનના પેટમાં ફાળ પડી. શું થયું ? રસોડામાં ચા બનાવતાં હતાં તે પડતી મૂકીને દોડી આવ્યાં.

આવીને જોયું તો બાલ્કનીમાં નીચે એક બુલબુલ જખ્મી હાલતમાં પડ્યું હતું. કદાચ કશુંક લાગી ગયું હતું.

'ઓહ! બિચારાને વાગી ગયું લાગે છે.' દીવાબહેનના અવાજમાં ચિંતા ઊભરાઈ આવી.

'હા. કંઈક **કરવું** પડશે.' કુબેરભાઈ બોલ્યા.

'એક **મિનિટ.'** કહેતાં દીવાબહેન ઝડપથી અંદર ગયાં. **જરાવારમાં પાણી,** રૂ અને કોઈ દવા લઈને આવ્યાં.

નીચે બેસી પતિ-પત્નીએ ધીમેથી બુલબુલને હાથમાં લીધું. બુલબુલ ઊડી શકે એવી હાલતમાં નહોતું. જરીક કણસ્યું. દીવાબહેને હળવે હાથે એનો ઘાવ પાણીથી ધોયો. થોડું લોહી નીકળ્યું હતું. એ સાફ કર્યું. દવા લગાડી રૂનું પોતું મૂક્યું. પછી સંભાળપૂર્વક ઘરમાં અંદર લાવ્યાં.

બુલબુલ નસીબદાર ખરું... અહીં બાદશાહી ઠાઠથી તેની સારવાર થતી હતી.

પતિ-પત્ની બંનેને બુલબુલની માયા લાગી હતી. કુબેરભાઈ હવે બજારમાં હોંશેહોંશે જતા. બુલબુલ માટે જાતજાતની વસ્તુઓ વીણી વીણીને સારી જોઈને લાવતા.

આજે બુલબુલે બરાબર ખાધું કે નહીં ? એને શું ભાવે એની ચર્ચા પતિ-પત્ની થાક્યા સિવાય કર્યા કરતાં. સાંજે હીંચકા પર હવે મૌન નહોતાં બેસતાં. બુલબુલ હવે દીકુ હતો. કુબેરભાઈનો કુ અને દીવાબહેનનો દી મળીને દીકુ. રોજ દીકુનો ઘા તપાસીને કોઈ કુશળ સર્જનની જેમ એનું ડ્રેસિંગ કરતાં. દીવાબહેન દવા લગાવે ત્યારે...

'જોજે જરા ધીમે હાથે હળવે હાથે દુખે નહીં. એ બિચારો આપણી જેમ ઓય મા નથી કરી શકવાનો.'

આઈ એમ શ્યૉર

'હા હા મને ખબર પડે છે.' સામેથી મીઠો છણકો આવતો.

છતાં કુબેરભાઈથી સૂચનાઓ આપ્યા સિવાય રહેવાતું નહીં.

રોજરોજ, પળેપળે જીવનમાં કશુંક... કદાચ જિંદગી ઉમેરાતી હતી.

કુબેરભાઈ પક્ષીઓ વિશેની કેટલીયે બૂક લાવ્યા હતા અને એમાંથી પક્ષીઓની ખાસ કરીને બુલબુલની ખાસિયતો વાંચી સંભળાવતા.

દીવાબહેન ધીમું મલકતાં રહેતાં, 'એમ કંઈ ચોપડીઓ વાંચીને છોકરાં ન ઉછેરાય. હું મા છું. મને ખબર પડે છે.'

શબ્દોની સાથે જ અચાનક મૌનનું પતંગિયું ઊડીને બંનેની વચ્ચે બેસી જતું.

ત્યાં દીકુ કલબલાટ કરી મૂકતો અને બંને જાણે સફાળાં જાગી જઈને દીકુની સેવામાં લાગી જતાં.

ધીમે-ધીમે દીકુનો ઘાવ રૂઝાવા લાગ્યો. દીકુને શું ભાવે છે દીકુને શું ગમે છે, એની વાતો કરતાં પતિ-પત્ની થાકતાં નહીં. દીકુની નાની નાની આદતોની વાતો બંને કેવા યે રસથી કરતાં.

આજે દીકુએ ખાવામાં કેવાં નખરાં કર્યાં, કેટલું મનાવવું પડ્યું ત્યારે ભાઈસાહેબે ખાધું.

દીકુ માટે જાતજાતની વસ્તુઓ ઘરમાં બનતી રહેતી. દીકુના કલબલાટથી ઘર ગાજતું રહેતું. દીકુ માટે સરસ મજાની પોચી પથારી પોતાના ઓરડામાં જ કરી હતી. જેથી રાત્રે દીકુનું ધ્યાન રહી શકે.

હવે દીકુ ધીમે-ધીમે ઘરમાં ફરતો થયો હતો. દીવાબહેનની આગળ-પાછળ એક ઓરડામાંથી બીજા ઓરડામાં ઘૂમતો રહેતો. કદીક જાતે ફરતું તો કદીક દીવાબહેનના હાથની પાલખીમાં બિરાજમાન થઈને રાજા-મહારાજાની માફક સવારી કરતું. તો ઘડીકમાં ફરર કરતા કુબેરભાઈના ખભ્ભા પર બેસીને દીકુની સવારી ઊપડતી. કદીક જાતે પણ એકાદ-બે ચક્કર લગાવી જોતો. હજુ ઘાવ પૂરો રૂઝાયો નહોતો. દીવાબહેન એને ખોળામાં સુવડાવીને એનો ઘા સાફ કરીને દવા લગાડે ત્યારે એવો

તો ડાહ્યો-ડમરો બની જતો. જરાયે ન હલે કે ન ડૂલે. કદીક એનો ઘા સાફ કરતા, દીવાબહેનના હાથ એકાદ ક્ષણ રોકાઈ જાય છે. આંખો સામે કોઈ પાતળું તરલ આવરણ છવાઈ રહે છે. એ આવરણની આરપાર કોઈ સ્મૃતિઓ ઝલકી ઊઠે છે, પણ એકાદ મિનિટ જ. વળતી પળે દીવાબહેન આંખો સાફ કરીને દીકુની સારવારમાં લાગી જાય છે.

દીકુ પણ ખરો જબરો હતો. એને એક મિનિટ પણ જંપ નહીં શાંતિથી બેસતાં તો એને આવડતું જ નહીં. આખા ઘરમાં દોડતો ઊડતો રહેતો. દીવાબહેનને જોઈને તો એવો તો ખીલી ઊઠે. કલકલ કરીને ઘર ગજવી મૂકે. પૂરાં લાડ, નખરાં કરે. દીવાબહેન પાસેથી એને ખસેડવો બહુ અઘરો. એમાં કુબેરભાઈનું પણ ન ચાલે. આમ તો જોકે કુબેરભાઈનો પણ એવો જ ચમચો, પણ દીવાબહેન આગળ એ કુબેરભાઈને ગણકારે શાનો ? દીવાબહેન કોઈ કામસર આઘાંપાછાં ગયાં હોય તો એના દેકારા ચાલુ થઈ જ ગયા હોય.

થંભી ગયેલા સમયને એકાએક પાંખો ફૂટી છે. રૂડારૂપાળા દિવસો પાંખો પહેરીને ફરફર ફૂ...

સામેના તળાવનાં જળ તો ખળખળ ખળખળ. ઘરમાં ખુશીએ ડેરા નાખ્યા છે. છેલ્લાં કેટલાંયે વરસોથી સાંજ આવી રળિયામણી તો ક્યારેય નહોતી લાગી. હીંચકા પર કુબેરભાઈ અને દીવાબહેન બંનેની સાથે દીકુભાઈ બરાબર ગોઠવાઈ જાય છે. ચંચળતા તો એની જ. ઘડીકમાં દીવાબહેનના હાથ પર તો ઘડીકમાં કુબેરભાઈના ખભ્ભા પર. દીવાબહેનના ખોળામાં એવો તો લપાઈ જાય. દીવાબહેન એના શરીરે હાથ ફેરવતાં રહે. અને ભાઈસાહેબ નખરાં કરતા રહે. કુબેરભાઈ અને દીવાબહેનની વાતો તો ખૂટતી જ નથી. આથમતી સંધ્યાના રંગો કે ઊગતી ઉષાના સૌંદર્યની વાતો કે સામે ખીલતી રાતરાણીની વાતો. વિષયોનો ક્યાં તૂટો છે ? કદીક સાથે જોયેલા કોઈ પિક્ચરની મીઠી સ્મૃતિઓ...

આઈ એમ શ્યૉર

સગાઈ પછી બધાથી છાનામાના કેવા મળતા એની વાતો... લગ્ન પછીના શરૂઆતના દિવસોની રોમાંચની વાતો... જીવનમાં ફરી એક વાર એ રોમાંચ જાગી ઊઠ્યો હતો. એ દિવસો ફરીને આવ્યા હતા કે શું ? એક ડોસી ડોસાને હજુ વહાલ કરે છે, કમાલ કરે છે ! એવાં ગીતો ગાવાની જરૂર પણ નહોતી. દીવાબહેન અને કુબેરભાઈ આજે પાંચ વરસ પછી ફરી એક વાર એકમેકમાં ઓતપ્રોત બન્યાં હતાં. દીકુ એમની એ ગોષ્ઠિમાં સમજે કે ન સમજે પણ સામેલ જરૂર થતો. અને જાણે બધું સમજાતું હોય એમ હરખથી કિલકિલાટ કરી રહેતો.

એને માટે એકાદ વાર સરસ મજાનું પીંજરું લાવવાની વાત કુબેરભાઈએ કરી હતી. તો દીવાબહેન એવાં તો ગિન્નાયાં હતાં દીકુને પીંજરમાં પૂરવાની કોઈ જરૂર નથી. આ આખું ઘર એનું આકાશ છે. એ એમાં મોજથી રહેશે. ફાવે ત્યાં ફરશે... ગીતો ગાશે... કિલ્લોલ કરશે. આપણે એ જોઈને હરખાશું. એને માટે એક લાડી પણ લાવીશું. એને બચ્ચાં થશે ને આપણને તો ઘડીભર નવરાં નહીં બેસવા દે. ધમાલ કરીને ઘર આખું વેરણછેરણ કરી મૂકશે. ભલે કરતાં. બાલુડાં ધમાલ-મસ્તી નહીં કરે, તો બીજું કોણ કરવાનું ? દીકુ તો આપણી મૂડી. એનાં બાલુડાં તો વ્યાજ કહેવાય વ્યાજ, અને મૂડી કરતાં વ્યાજ તો વધારે જ વહાલું લાગવાનું ને ?

દીવાબહેનના શબ્દોમાં જીવતરનો કસુંબી રંગ ઊઘડી ઊઠે. હાથ દીકુને પંપાળતા રહે. કીકીઓમાં ફરી એક વાર નવપલ્લવિત સપનાંના દીપ ઝગમગ ઝગમગ.

એક માની આંખોના ઉજાસથી કુબેરભાઈ આખ્ખા ને આખ્ખા ઝળાહળા.

દીકુ હવે સાવ સાજોનરવો થઈ ગયો છે. હમણાં એનાં તોફાન બહુ વધી ગયાં છે. આખો વખત એને બાલ્કનીમાં જ દોડવું હોય છે. બારણું બંધ કરે એટલે એની ચીસાચીસ ચાલુ થઈ જાય. દીવાબહેન

થાકી જાય, પણ માને તો એ દીકુ શાનો ?

આજે સવારે દીવાબહેનની આંખ ખૂલી ત્યાં જોયું તો દીકુ ક્યાંય ન દેખાય. હાંફળાંફાંફળાં બની પતિને ઉઠાડ્યા.

'જલદી ઊઠો દીકુ ક્યાં ?'

'અરે, ક્યાં જશે ? અહીં ક્યાંક આંટાફેરા કરતો હશે. હવે એ ચંચળ બની ગયો છે.'

'પણ મેં બધે જોઈ લીધું. દીકુ ક્યાંય નથી.' રડમસ અવાજે દીવાબહેન બોલી ઊઠ્યાં.

'આ બારણું ખુલ્લું રહી ગયું હતું ?' કહેતા કુબેરભાઈ બાલ્કનીમાં દોડ્યા એમની પાછળપાછળ દીવાબહેન.

બંનેની નજર એકીસાથે સામે ગઈ. દીકુભાઈ સામેના મસમોટા ઝાડ પર બેસીને મજાના ઝૂલા ખાતા હતા. કુબેરભાઈએ બૂમ પાડી 'બસ દીકુ બહુ થયું. હવે જલદી આવી જા, તારી માને તું ઓળખે છે ને ?'

દીવાબહેન અધીરતાથી આશાભરી નજરે દીકુ સામે તાકી રહ્યાં.

દીકુ ઊડીને દીવાબહેન પાસે આવ્યો. તેમના ખભ્ભા પર બેઠો. જરીક કલબલાટ કર્યો. દીવાબહેન હરખાયાં ત્યાં તો બીજી જ પળે દીકુ ફ઼ફરર ફૂ... ઊંચે આકાશમાં, દૂર દૂર ક્ષિતિજને પેલે પાર ઊડ્યે જ જાય છે... ઊડ્યે જ જાય છે. દીવાબહેન દીકુ... દીકુની રાડ પાડી ઊઠે છે, પણ તેમનો અવાજ દીકુ સુધી પહોંચતો નથી.

દીવાબહેનની આંખો છલક-છલક. આજે ફરી એક વાર એમનો દીકુ ઊડી ગયો હતો. તળાવનાં જળ ફરી એક વાર જંપી ગયાં.

('મમતા')

15

મનુ...મનિયો

ખાખી રંગની ચડ્ડી, અને ખાતરીપૂર્વક ઓળખી ન શકાય પણ કદાચ બ્લૂ જેવા રંગનું કોથળા જેવું ખમીસ, કદી કોઈ સારસંભાળ ન લેવાઈ હોવાથી જીંથરા જેવા કપાળ સુધી આડેધડ રખડતા સુક્કા વાળ, નિસ્તેજ ચહેરો, ફિક્કાફસ ગાલ જે મોટે ભાગે આંસુથી ખરડાયેલા રહેતા. ચામડીના શ્યામ વર્ણમાં આમ તો એવું કોઈ આકર્ષક તત્ત્વ નહોતું, પરંતુ જોનારનું તુરત ધ્યાન ખેંચાય એવું એકમાત્ર અંગ એટલે એની મોટી મોટી આંખો, જેમાં શમણાં નહીં પણ સતત ભય ઊછરતો, એવો આઠેક વરસનો મનુ... મનિયો આશ્રમની દીવાલ પાસે ઊભોઊભો ડૂસકાં ભરતો હતો. આંખમાંથી રેલાતી આંસુની ધાર ગાલને ભીંજવીને સરી જતી હતી.

આજે ફળિયું વાળવામાં જરાક મોડું થઈ જતાં સારો એવો માર પડ્યો હતો. આમ તો તે મારથી ટેવાઈ ગયો હતો, પણ આજે વધારે લાગ્યું હતું. વાંસામાં સોળ ઊઠી

મનુ...મનિયો 147

આવ્યા હતા, પણ કોને કહે ? અહીં કંઈ મા થોડી જ હતી ? છાનાંમાનાં બે-ચાર ડૂસકાં ભરીને જાતે જ ઠલવાવાનું. હા, કદીક મા આંસુ લૂછતી દેખાતી. કે કદીક કોઈ પરી આવીને ચપટીક વહાલ કરી જતી, પણ એ બધું તો રાતે નીંદરમાં. સવાર પડે ને બધું ગાયબ !

પણ આજે કંઈક કૌતુક થયું. ગાલ પરથી દદડી રહેલાં આંસુ મેલાદાટ ખમીસની બાંયથી લૂછવા જતો હતો ત્યાં દીવાલ પાસેથી કોઈનો સાદ આવ્યો.

'તું રડે છે ? શું થયું ? લે આ બિસ્કિટ ખાવું છે ?'

મનુ ચોંક્યો. આ અવાજ ? ક્યાંથી આવ્યો ? તે ગભરાઈ ગયો. આમતેમ જોયું, કોઈ દેખાયું નહીં. ડરીને ભાગવા જતો હતો ત્યાં ફરીથી અવાજ સંભળાયો.

'લે આ બિસ્કિટ ખાઈશ ?' અને આ વખતે દીવાલની બીજી બાજુએથી એક નાનકડો હાથ અને રૂપકડો ચહેરો પણ દેખાયો. મનુ પણ બે પગે થોડો ઊંચો થયો. હવે સામે સ્પષ્ટ દેખાતું હતું.

'તું રડતો હતો ?'

મનુ એકીટશે નર્યા અચરજથી જોઈ રહ્યો. કોઈ પરી આકાશમાંથી ઊતરી આવી કે શું ? સાવ સાચુકલી પરી. પરીના હાથમાં બે બિસ્કિટ હતાં. અને તે પોતાના જેવડી જ દેખાતી હતી. ન જાણે કેમ મનુને શરમ આવી. તેણે જલદીથી આંસુ લૂછી નાખ્યાં અને બહાદુર બની ગયો.

'કેમ રડતો હતો ?'

મનુએ જવાબ ન આપ્યો.

'માર્યું હતું ? મમ્મીએ ? મને યે કાલે મમ્મીએ માર્યું હતું. હું તોફાન કરતી હતી ને એટલે, પણ પછી મમ્મીએ કેટલી બધી કીસી કરી હતી અને સૉરી કહ્યું હતું. ને હું મમ્મીના ખોળામાં સૂઈ ગઈ

હતી. મમ્મી મારે એ કંઈ બહુ લાગે નહીં. જરીક અમથી ટપલી પણ આપણે ખોટું ખોટું કહેવાનું કે બહુ લાગ્યું છે એટલે મમ્મી વહાલ કરે.' કહેતાં પરી હસી ઊઠી.

મમ્મી ? ખોળો ? વહાલ ? કીસી ? મનુની આંખોમાં પાણીદાર આશ્ચર્ય અંજાયું. શું બોલવું તે નહોતું સૂઝતું.

ત્યાં પરીનો હાથ લંબાયો.

'બિસ્કિટ ખાઈશ ? લે.'

'ના.' મનુએ જોશથી માથું ધુણાવ્યું. અને તેની સામે જોઈ રહ્યો.

'લે ને, મારી પાસે બીજાં છે.'

હાથ લંબાવવો કે નહીં ? લેવાય કે નહીં ? એ મનુને ન સમજાયું. બે-ચાર ક્ષણ પરી સામે જોઈ રહ્યો. પછી હળવેકથી બિસ્કિટ લીધું.

'તારું નામ પરી છે ?'

'પરી ? ના મારું નામ ઈશા છે. પરી તો આકાશમાં હોય. એને પાંખ હોય.'

'તારું નામ ?'

'મનિયો... મનુ.'

'તું અહીં રહે છે ?'

મનુનું ડોકું હકારમાં હલ્યું.

'તારા ઘરમાં મમ્મી છે ? પપ્પા છે ? અમે હમણાં જ અહીં આ ઘરમાં રહેવા આવ્યાં છીએ. સામે આંગળી ચીંધતાં ઈશાએ એક નાનકડું ઘર બતાવ્યું. હું ને મારી મમ્મી-પપ્પા અને ભાઈલો. તારા ઘરમાં ?'

ઘર, મમ્મી-પપ્પા, ભાઈલો બધા શબ્દો મનુ માટે સાવ અપરિચિત.

'મારે એવું કંઈ નથી. આ આશ્રમ છે. અહીં અમારે કોઈને મા-બાપ ન હોય. અમે અનાથ કહેવાઈએ.'

મનુ...મનિયો

'અનાથ ? એટલે શું ?'

'એ ખબર નથી. કદાચ જેનાં મા-બાપ ન હોય એને અનાથ કહેવાતું હશે.'

મનુએ આસપાસમાંથી મળેલા જ્ઞાનને આધારે જવાબ આપ્યો.

'પણ મમ્મી કે પપ્પા કોઈ કેમ ન હોય ?'

'ખબર નથી.'

આવા અઘરા પ્રશ્નનો જવાબ મનુને કેમ આવડે ?

જનમથી આંખ ખૂલી છે ત્યારથી આ આશ્રમ જ જોયો છે. અને પોતે અનાથ કહેવાય એટલું તે સાંભળતો આવ્યો છે.

'આશ્રમ એટલે શું ?'

કહેતી ઈશા બે પગે ઊંચી થઈને ચારે બાજુ નજર ફેરવી રહી.

'અરે, વાહ અહીં તો બહુ બધા છોકરાઓ છે. તને તો રમવાની મજા આવતી હશે, નહીં ? મારી સાથે તો કોઈ રમવાવાળું નથી. ભાઈલો તો નાનો છે, આવડોક બે હાથેથી માપીને બતાવતાં ઈશાએ કહ્યું. મારા જૂના ઘર પાસે ઘણી બહેનપણીઓ હતી. અહીં તો કોઈ નથી. મને અહીં જરાયે મજા નથી આવતી.'

'તને તો મજા નહીં ? આટલા બધા સાથે રમવાનું મળે.'

મનુ હકારમાં ડોકું ન ધુણાવી શક્યો.

હજુ આગળ વાત ચાલે તે પહેલાં જ ઘંટનો અવાજ સંભળાયો.

'આ શેનો ઘંટ વગ્યો ? અહીં સ્કૂલ છે ?' ઈશાએ કુતૂહલથી પૂછ્યું

'ના, આ જમવાનો ઘંટ છે. '

'વાહ ! જમવાનો ઘંટ ?'

'હવે તું જમવા જશે ?'

મનુએ ડોકી હલાવી હા પાડી.

‘અમારા ઘરમાં આવો ઘંટ નથી. મમ્મી મોટેથી બૂમ પાડે.

‘મેં કોઈ દિ’ આશ્રમ નથી જોયો. મને બતાવીશ ?’

‘અહીં કોઈથી ન અવાય.’

‘તું મારે ઘેર આવીશ ?’

‘મારાથી ક્યાંય ન જવાય.’

‘તો ?’

‘હું જાઉં, નહીંતર.’ કહીને હાથ હલાવતો મનુ દોડી ગયો.

વાર લાગે તો શું થાય એની તેને ખબર હતી. તેના હાથમાં ઈશાએ આપેલું બિસ્કિટ હતું. તે ખાતાં જ ભૂલી ગયો હતો. કોઈને ખબર પડી જશે તો ? દોડતાં દોડતાં તેણે આખું બિસ્કિટ મોઢામાં ઠૂંસી દીધું ને જલદી જલદી ઓગાળી ગયો.

બીજે દિવસે પોતાના ભાગનું કામ ઝપાટાભેર પતાવી તેનાથી દીવાલ પાસે ઊભાઈ ગયું. ઈશા આજે પણ દેખાશે ? આતુરતાથી તે ધોમધખતા તડકામાં ઊભોઊભો ઈશાની પ્રતીક્ષા કરી રહ્યો. અચાનક ઈશા દેખાઈ. મનુનું હૈયું ઊછળી ઊઠ્યું.

ઈશાના હાથમાં આજે ચૉકલેટ હતી.

આશ્રમની દીવાલ તો ઊંચી હતી પણ તેની પાછળની બાજુએ એક ઊંચો પથ્થર હતો તેની પર ચડીને ઈશા આશ્રમની અંદર જોઈ શકતી હતી. મનુ પણ આ તરફ એવા નાનકડા પથ્થર પર ઊભીને ઊંચો થતો હતો. વચ્ચે ઊભી હતી કાળમીંઢ દીવાલ.

‘મનુ, લે ચૉકલેટ.’ કહેતાં ઈશાએ હાથ લંબાવ્યો. મનુ જરીક અચકાયો પણ કાલ કરતાં ઓછો. થોડુંક હસીને તેણે ઈશાના હાથમાંથી ચૉકલેટ લીધી.

‘મનુ, તું સાચું જ કહેતો હતો. કાલે મારી મમ્મીએ પણ કહ્યું કે અહીં રહેતા હોય એ કોઈને મમ્મી, પપ્પા ન હોય. જેનાં મમ્મી-

પપ્પાને ભગવાને બોલાવી લીધાં હોય એ લોકો અહીં રહે.'

'પણ મનુ, તને મમ્મી-પપ્પા વિના ગમતું નહીં હોય ને ? મને પણ ન ગમે.'

મનુએ જવાબ ન આપ્યો. મમ્મી-પપ્પા કેવાં હોય કોને ખબર ? જોકે તે દિવસે કોઈ છોકરો લગભગ તેના જેવડો જ બધાને ચૉકલેટ-બિસ્કિટ અને આઇસક્રીમ દેવા આવ્યો હતો. તેનો બર્થ ડે હતો એમ કહ્યું હતું. તેની સાથે તેનાં મમ્મી-પપ્પા હતાં.

પોતાનાં મમ્મી-પપ્પાને ભગવાને કેમ બોલાવી લીધાં હશે ? ક્યાં બોલાવી લીધાં હશે ? પોતાનો બર્થ ડે કયો હશે ?

મનુના ચહેરા સામે જોઈને ઈશાને થયું કે પોતે બોલવામાં કંઈક ભૂલ કરી નાખી છે, પણ શું ? એ તેને સમજાયું નહીં, પણ તે વધારે સમય મૂંગી રહી શકે તેમ નહોતી.

'મનુ, આજે સવારે તમે બધા અહીં વાળતા હતા એ મેં જોયું હતું. તે રોજ તમારે વાળવું પડે ?'

'હા.'

'મનુ, તને કઈ કેડબરી ભાવે ?'

'કેડબરી ?' મનુને આ અઘરા શબ્દનો અર્થ ન સમજાયો. પણ તે જવાબ આપે એ પહેલાં ઈશા ચહેકી,

'મને ખાલી કિટકેટ ભાવે ડેરી મિલ્ક ન ભાવે. તને ભાવે ડેરી મિલ્ક ?'

મનુ મૌન.

ઈશા તો તેની વાતોમાં મશગૂલ હતી. માંડ કોઈ વાત કરવાવાળું મળ્યું હતું.

અને તને નૂડલ્સ ભાવે કે પાસ્તા ભાવે ? મને પાસ્તા ભાવે અને પીઝા ભાવે, પણ મમ્મી રોજ નથી આપતી. ખીચડી મને ન ભાવે

પણ મમ્મી ઘણી વાર પરાણે ખવડાવે. તને એક સિક્રેટ કહું ? હું તો છે ને મમ્મી દૂધ આપે ને તો છાનુંમાનું થોડુંક ઢોળી દઉં. મમ્મીને ખબર ન પડવા દઉં છેલ્લે થોડુંક પીવું પડે. મને દૂધ જરાયે ન ભાવે.

મનુને ફરીથી ન સમજાયું. ખીચડી જેવી વસ્તુ કોઈને કેમ ન ભાવે ? રોજ ચામડા જેવી કડક રોટલીને બદલે કદીક ખીચડી મળે ત્યારે એને તો તે કેવી ભાવતી ? અને દૂધ કંઈ રોજ થોડું મળે ? રવિવારે કદીક થોડું મળે પણ ઈશા ઢોળી કેમ દેતી હશે ?

અને પાસ્તા અને પીઝા આ બધા ખાવાની વસ્તુઓનાં નામ હશે ?

બંને વચ્ચે જાતજાતની વાતો કોઈ અર્થ વિનાની વાતો થતી રહે છે. વાતોડી ઈશા પાસે વાતોનો વણખૂટ્યો ખજાનો છે. સામે મનુ જેવો ભક્ત શ્રોતા છે.

પૂરા ભક્તિભાવથી ઈશાની વાત સાંભળતાં મનુ ધરાતો નથી. બાપ રે ! ઈશાને કેટલી બધી ખબર પડે છે ?

હવે મનુ રોજ પોતાનું બધું કામ પતાવીને ઝટપટ દીવાલ પાસે આવી જાય છે. ક્યારેક ઈશા નથી આવતી તો ઘંટ પડે ત્યાં સુધી મટકુંયે માર્યા સિવાય ત્યાં જ ઊભો રહે છે.

ઈશા રોજ મનુ માટે કંઈ ને કંઈ લાવે છે. ચૉકલેટ, બિસ્કિટ, કે સીંગ, દાળિયા, કદીક ખજૂરની બે-ચાર પેશી, કદીક એપલ, જામફળ મનુ ના પાડે તો યે ખવડાવીને જ છૂટકો કરે છે.

કદીક મનુને થતું... પોતે રોજ ઈશાનું ખાય છે, પણ ઈશાને કશું આપી શકતો નથી, પણ શું આપે તે ? તેની પાસે છે શું ? પણ ગમે તેમ કરીને કંઈક તો આપવું જોઈએ હમણાંથી મનુના મનમાં આ એક જ વિચારે ડેરો ઘાલ્યો.

નસીબજોગે એક દિવસ મોકો મળી ગયો. કોઈ શેઠ આશ્રમમાં પેંડાનાં બૉક્સ આપી ગયા હતા. પેંડો મનુની સૌથી પ્રિય વસ્તુ. મનુ

માટે પેંડો એટલે છપ્પન ભોગ. તેને પેંડો બહુ ભાવે. ક્યારેક આશ્રમમાં કોઈ પેંડા આપી જતું ત્યારે મનુની આંખો અવશ્ય ચમકી ઊઠે. જોકે આપનારની હાજરીમાં મળ્યા તો મળ્યા નહીંતર કોઈના ભાગમાં ન આવે. ભાઈજીને ઘેર જ પહોંચી જાય બધું.

આજે પણ એવું જ થયું. પેંડા આપીને કોઈ ખવડાવવા માટે ન ઊભું. બૉક્સ મૂકીને ચાલ્યા ગયા. મનુ નિરાશ થયો. પત્યું હવે પેંડો મળી રહ્યો. નહીંતર આજે તે ન ખાત અને ઈશા માટે સાચવી રાખત, તેને આપી શકત. પણ હવે કોઈ આશા ન રહી.

પણ તેણે જોયું કે એકાદ-બે બૉક્સ ભાઈજીએ આશ્રમના રસોડામાં રાખ્યાં હતાં. મનુની નજર તેના પર જ હતી. લાગ મળે તો એકાદ પેંડો કેમ સેરવી લેવાય અને ઈશાને કેમ આપી શકાય એનો પ્લાન મનમાં ઘડાતો રહ્યો.

તે રાત્રે બધા સૂઈ ગયા પછી મનુ છાનોમાનો ઊઠ્યો, ધીમેથી રસોડામાં ઘૂસ્યો. મનમાં બીક તો હતી. જો પકડાય તો શી દશા થાય તેની ખબર હતી, પણ એ ભય કરતાં પણ ઈશાને કશુંક ખવડાવવાની ઇચ્છા વધારે બળવાન હતી.

બિલ્લીપગે રસોડામાં પહોંચીને અંધારામાં જ ફંફોસતાં-ફંફોસતાં તેણે બૉક્સ શોધી કાઢ્યું. એમાં એક પેંડો જ બચ્યો હતો. તેણે એ ઉપાડ્યો. અને આવ્યો હતો એવી જ રીતે બહાર નીકળી ગયો. દોડવા જતાં એક પગથિયું ચૂક્યો... પગમાં પથ્થર ખૂંચી જવાથી લોહી નીકળ્યું. એનું તો મનુને ભાન પણ ક્યાં રહ્યું હતું ? મનમાં ઈશા અને પેંડો સિવાય બીજી કોઈ વાત નહોતી. પોતાની સૌથી પ્રિય વસ્તુ તે ઈશાને આપી શકવાનો હતો એ ખુશી કંઈ ઓછી હતી ?

આખી રાત તે સૂઈ ન શક્યો. ક્યારે સવાર પડે, ક્યારે ઈશા મળે ને ક્યારે તે પેંડો આપે. ચડ્ડીના ખિસ્સામાં પેંડો રાખી તેના ઉપર

હાથ મૂકા સપનામાં તે ઈશાને પેંડો આપતો રહ્યો. ઈશા કેવી ખુશ થઈને પેંડો ખાતી હતી એ જોઈને મનુના હરખનો પાર નહોતો.

હજુ તો ભળભાંખળું અજવાળું થતું હતું ત્યાં જ મનુ જલદી-જલદી ઊઠીને વાળવાનું અને બીજું પોતાના ભાગનું બધું કામ ફટાફટ પતાવવા લાગ્યો. ખિસ્સામાં સંતાડેલો પેંડો કોઈ જોઈ ન જાય માટે તેણે એકે વાર પણ બહાર નહોતો કાઢ્યો.

સમય થતાં જ તે દીવાલ પાસે પહોંચ્યો. ક્યાંક ઈશા આજે નહીં આવે તો ?

પણ ના, નસીબ સારાં હતાં. ઈશા પણ આવી પહોંચી હતી.

'ઈશા, જો આજે હું તારે માટે શું લાવ્યો છું ?'

ઉત્સાહથી છલકાતા મનુએ ઉતાવળે ખિસ્સામાં હાથ નાખ્યો. ખિસ્સામાંથી પેંડાના બચ્યાખૂચ્યા અવશેષો જેવો થોડો ભૂકો નીકળ્યો. કદાચ રાત્રે કીડીઓને ગંધ આવી ગઈ હશે કે ઉંદર તાણી ગયા હશે ?

મનુ સ્તબ્ધ ! ભીતરમાં કલરવ કરતું પારેવું છાનું આક્રંદ કરી ઊઠ્યું. પેંડાના અવશેષો તેની સામે અટ્ટહાસ્ય વેરી રહ્યા.

ત્યાં દીવાલની બીજી બાજુએ ઊભેલી ઈશાનો હાથ લંબાયો.

'મનુ જો, હું તારે માટે આજે પેંડા લાવી છું.' કહેતાં ઈશાએ બે પેંડા તેની સામે ધર્યા.

પોતાના અતિ પ્રિય પેંડાને જોઈને પણ આજે મનુની આંખમાં ચમક ન ઊભરી કે ન તેનો હાથ લંબાયો. મૂઢની જેમ તે પેંડા સામે થોડી વાર જોઈ રહ્યો અને ફરી એક વાર તેની આંખો વરસી પડી... ધોધમાર વરસી પડી.

('છાલક')

16
આખરી પ્રશ્ન

ઉર્વશી અને આલમ બંગલાની બાલ્કનીમાં હીંચકા પર બેસીને જાણે સદીઓનો થાક ઉતારતાં હતાં. અંધકારને અજવાળવા મથતા બીજના ચન્દ્રની પાતળી કોરનો ઝગમગાટ પતિ-પત્નીની આંખમાં ડોકાઈ રહ્યો હતો. સામેના વૃક્ષ પર આખ્ખુંયે આકાશ ઊતરી આવ્યું હતું અને થાકેલી પાંખો સંકોરીને એની હૂંફાળી આગોશમાં લપાઈ ગયું હતું. ઉર્વશીને થયું - પંખીઓને વિસ્મ-રણનું કેવું અણમોલ વરદાન મળ્યું છે ! રોજ રાત્રે આંખો મીંચાય અને એક વર્તમાન પૂરો. જ્યારે માણસને તો આખું જીવતર સ્મૃતિઓનો ભાર વેંઢારવાનો !

જીવનની સાચી, ગહન પીડા માનવીને દિવ્ય પ્રસન્નતા તરફ દોરી શકે છે. અંધકારમાંથી અજવાસ તરફ લઈ જાય છે, એ સત્યનું દર્શન આજે પમાયું હતું. સમયના મૌન અવકાશમાંથી ધીમા શબ્દો સર્યા.

'ઉરૂ, આજે આપણે જીવનનો અર્થ પામ્યા હોઈએ એવું લાગે છે ને ?'

'હા, પણ કયા ભોગે ?'

આસમાનમાં દેખાતા કોઈ તારામાં પુત્રને જોવા મથી રહેલી એક માથી બોલાઈ જવાયું. આલમ મૌન.

ઉર્વશીએ હળવેથી પતિનો હાથ દાબ્યો. એ સ્પર્શમાં વરસોથી ખોવાઈ ગયેલી ઉષ્મા - હૂંફ અનુભવાતાં હતાં.

માના ગર્ભ જેવા અંધકારમાં છ મહિના પહેલાના સમયની ગઠરી ખૂલી હતી અને પતિ, પત્નીની બંધ પાંપણો સામે દીકરાની ડાયરીનાં પાનાંઓ ફરી એક વાર ફરફરતાં હતાં.

તારીખ : 30 ડિસેમ્બર
એક સાદો સીધો પ્રશ્ન...

કેવળ મારું મન જાણે છે, મનને કેટલા માર પડ્યા છે,

ઘા, ઘસરકા, ક્યાંક ઉઝરડા, અંદર ને આરપાર પડ્યા છે.

સુરેશ દલાલની આ પંક્તિ શું મારા માટે જ લખાઈ હશે ? કે પછી મારા જેવી અનેક વ્યક્તિઓ માટે ?

કોણ છું હું ? શું પરિચય આપું મારો ? વીસમા વરસના પ્રવેશની આ પૂર્વસંધ્યાએ પણ મારી પાસે મારો સાચો પરિચય નથી. જીવનમાં એના જેવી કરુણતા બીજી કઈ હોઈ શકે ? મિત્રો મને નસીબદાર માને છે. શ્રીમંત માતા-પિતાનો એકનો એક લાડલો પુત્ર. એને વળી શું દુઃખ હોઈ શકે ? પણ...

ચાર વરસની અબુધ વયે મનમાં અનાયાસે જાગેલો એક પ્રશ્ન આજે વરસો પછી પણ અનુત્તર જ રહ્યો છે. મનમાં સતત એક ઘૂટન, એક અજંપો છે અને એ જ એકમાત્ર સત્ય...

એ અજંપાનો ઓથાર ન વેઠાય ત્યારે ડાયરીમાં શબ્દોરૂપે ઠલવાય છે. મારી ઉદાસ...એકલતાની ક્ષણોની સાથીદાર આ એકમાત્ર ડાયરી. કાણાવાળી બાલદીની માફક હું ખાલી થતો રહું છું અને ફરી-ફરી ભરાતો

રહું છું. ખાલી શીશીમાં તડકો ભરવાની અર્થહીન રમત રમતો રહું છું.

લખતાં-લખતાં એકાએક મારી નજર સામે ઊભરે છે સ્મૃતિના કેન્વાસ પર કાયમી છાપ છોડી ગયેલું શૈશવનું એક દૃશ્ય -

ચાર વરસનો નટખટ, ચંચળ છોકરો નાચતો, કૂદતો, હસતો-હસતો સ્કૂલેથી આવીને માને એક સવાલ પૂછે છે :

'મમ્મી, હું રહીમ છું કે રામ ? મારું સાચું નામ શું છે ?' મારા ભાઈબંધ મને રોજ પૂછે છે કે ''તારું સાચું નામ રામ છે કે રહીમ ?'' બધા રોજ મારી મશ્કરી કરે છે, કે તને તારા સાચા નામની પણ ખબર નથી. મમ્મી, જલદી બોલ મારું સાચું નામ કયું છે ?'

એકીશ્વાસે હું કેટલું બધું બોલી ગયો હતો. બીજે દિવસે સ્કૂલમાં ભાઈબંધોને જવાબ આપવાનો હતો ને ?

પણ બીજે દિવસે ન ભાઈબંધોને જવાબ આપી શક્યો કે ન આજ સુધી મારી જાતને...

મારા એ સીધાસાદા પ્રશ્નનો જવાબ મમ્મી માટે કેવો અઘરો બની રહેશે એની જાણ ચાર વરસના એક અબોધ શિશુને ક્યાંથી હોય ?

હું તો મારી ધૂનમાં મમ્મી, 'જલદી કહે ને...'

'બેટા, તું રામ છે... મારો રામ.' કહેતાં મમ્મી કંઈક બબડતી હતી.

ત્યાં જ અચાનક આવી ચડેલા પપ્પા આ જવાબ સાંભળી ગયા.

'ના, બેટા, તારું સાચું નામ રહીમ છે. સ્કૂલમાં કોઈ પૂછે તો તારે રહીમ જ કહેવાનું.'

હું સાચા-ખોટાનો નિર્ણય ન કરી શક્યો. મેં મમ્મી સામે જોયું.

'ના ના, તારું નામ રામ છે. માત્ર રામ.'

અને પપ્પાની આંખોમાં અંગારા.

પછી તો પળવારમાં શરૂ થયું તમારું કુરુક્ષેત્ર !

પપ્પાની એક થપ્પડ મમ્મીના ગાલ ઉપર.

પપ્પાનું કદી ન જોયેલું એ રૌદ્ર સ્વરૂપ અને મમ્મીની ધોધમાર વરસી રહેલી આંખો હું આજ સુધી નથી વીસરી શક્યો !

મમ્મી રડતી-રડતી પોતાના રૂમમાં ચાલી ગઈ હતી.

પપ્પા ગુસ્સામાં ઘરની બહાર.

અને હું, ચાર વરસનો છોકરો, ભયથી થરથર ધ્રૂજતો, હીબકાં ભરતો એક ખૂણામાં ભરાઈને એકલો-અટૂલો ઊભો હતો.

કુરુક્ષેત્રનું યુદ્ધ તો અઢાર દિવસમાં પૂરું થયેલું, પણ તે દિવસે ઘરમાં મમ્મી-પપ્પા વચ્ચે આ પ્રશ્નને લઈને શરૂ થયેલું મહાભારત તો આજ સુધી અવિરત ચાલુ...

હું રામ કે રહીમ ?

એ પ્રશ્ન આજે પણ મારી છાતીમાં ઢબૂરાઈને અકબંધ પડ્યો છે.

તારીખ : 20 જાન્યુઆરી
સમજદાર પુત્ર
આયખામાં આરો કે ઓવારો નહીં,
મારી વેદનાનો કોઈ કિનારો નહીં.

હું ક્યાં અને શું ભૂલ કરું છું ? નાનો હતો ત્યાં સુધી મને એ કદી સમજાયું નહીં.

પણ એટલી સમજ જરૂર પડી કે મારે લીધે જ મમ્મી-પપ્પામાં ઝઘડા થાય છે. મમ્મી-પપ્પાના દરેક ઝઘડાનું નિમિત્ત મોટા ભાગે હું અને માત્ર હું. એ ભાન જરૂર આવ્યું હતું.

બસ... આ ભાનને લીધે મારા પ્રશ્નો ઓછા થતા ગયા. રામ અને

રહીમ વચ્ચે ભીંસાતું એક શિશુ અને પછી એક કિશોર ભીતરની ભાવનાઓ છુપાવીને બેવડું નહીં કદાચ ત્રેવડું જીવન જીવતો થયો. સઘળી વેદના-વલોપાત ભીતરમાં સંગોપીને મમ્મી-પપ્પા બંનેને કેમ ખુશ રાખવાં એ માટે શું કરવું એ ઉપાયો વિચારતો રહ્યો. શાંત દેખાતું જળ ભીતરમાં સુનામીના ઊછળતાં મોજાં સંઘરીને પડ્યું હતું એનો ખ્યાલ કોને આવે ? પુત્ર હવે ખોટા પ્રશ્નો પૂછતો નથી. હેરાન કરતો નથી. બહુ સમજદાર બની ગયો છે એવા મનગમતા ભ્રમમાં રાચતાં મમ્મી-પપ્પા હરખાતાં રહ્યાં. પપ્પા બહારગામ ગયા હોય ત્યારે મમ્મી ઘણી વાર ઘરમાં સત્યનારાયણની કથા, આરતી કરતી. એ પ્રસાદનો શીરો ખાવો મને બહુ ભાવતો, પણ પપ્પા આવે એ પહેલાં બધું સમેટી લેવાનું અને પપ્પાની હાજરીમાં એવી કોઈ વાતનો ઉલ્લેખ ન થાય માટે સાવચેત રહેવાની મમ્મીની સૂચનાઓ અને છતાં પપ્પાને ક્યારેક કોઈ વાતની ખબર પડી જાય ત્યારે ?

હું રોજા રાખું કે નમાજ પઢું ત્યારે પપ્પાનો વહાલો દીકરો અને ગીતાજી વાંચું કે માતાજીની આરતી ગાઉં ત્યારે મમ્મીનો દીકરો. નમાજ પઢતી વખતે મમ્મીનો ઉદાસ ચહેરો દેખાય અને ગીતા વાંચું ત્યારે પપ્પાનો ક્રોધિત ચહેરો સામે તરવરે.

તારીખ : 5 માર્ચ

ટગ ઑફ વૉર

જોશીએ ઝળહળતા જોઈ દીધા જોશ,
તારી હથેળિયુમાં બેઠેલી આંખોમાં.
પાણી લખ્યા છે પોશ પોશ !

ક્યાંક વાંચેલી પંક્તિ મનમાં રણઝણી રહી છે. મારો અજંપો કદીક શબ્દો બનીને ફરી કાગળમાં ઊતરતો પણ બીજે દિવસે હું જ એ ફાડી

160 આઇ ઍમ શ્યૉર

નાખતો.

જે ઘરમાં કુરાન અને ભગવદ્દ્ગીતા વચ્ચે રોજ તણખા ઝરતા હોય ત્યાં મન અજંપ જ રહેવાનું ને ?

દિવસે-દિવસે હું વધારે ને વધારે અંતર્મુખી અને એકાકી બનતો ગયો.

ત્યારે હું દસમા ધોરણમાં હતો. સ્કૂલમાં રમતગમતનો વાર્ષિકોત્સવ હતો. છેલ્લી ગેઈમ ટગ ઑફ વૉરની - રસ્સાખેંચની હતી.

બંને તરફ જબરી રસાકસી હતી. એક ટીમ આ તરફ ખેંચતી હતી.

અને બીજી ટીમ બીજી તરફ.

કોઈ જલદીથી મચક આપતા નહોતા.

હું પ્રેક્ષક બનીને એક તરફ ઊભો હતો. મનમાં એક વંટોળ. મારી જિંદગી પણ એક રસ્સી જેવી જ નથી ?

અને મારી નજર ખેંચાતી રસ્સી તરફ મંડાઈ રહી.

પૂરા જોશ સાથે બંને ટીમ રસ્સીને પોતાની તરફ ખેંચતા હતા.

મારું ધ્યાન કઈ ટીમ જીતે છે તે જોવાને બદલે રસ્સીનું શું થાય છે તે તરફ કેમ જતું હતું ?

રસ્સીની જગ્યાએ મને મારી જાત કેમ દેખાતી હતી ? અને બંને ટીમની જગ્યાએ મમ્મી-પપ્પા !

દોરડું બિચારું ખેંચાતું હતું.

બંને પક્ષ આનંદ માણતા હતા ! તેને પોતાની તરફ ખેંચવાનો.

બિચારી રસ્સી. ગમે તે જીતે, એના નસીબમાં હતું ફક્ત ખેંચાવાનું.

ઘડીકમાં આ તરફ અને ઘડીકમાં પેલી તરફ...

શું આ જ તેની નિયતિ હતી ?

કદાચ મારી પણ.

તારીખ : 20 માર્ચ

ઝંખના ખીચડીની

ભીતરમાં ઝંઝાવાતો છે અપાર,
બહાર ના મળે આછેરો કોઈ અણસાર !

એક હતી ચકી અને એક હતો ચકો. ચકી લાવી ચોખા દાણો અને ચકો લાવ્યો મગનો દાણો. પછી બની ખીચડી.

આ વાર્તા શૈશવમાં અનેક વાર સાંભળી હતી.

જીવનમાં મનેયે મગ અને ચોખા અલગઅલગ તો ખૂબ મળ્યા, પરંતુ મને તો ઝંખના હતી ખીચડીની. મગ-ચોખાનું અલગપણું મારા અતિ ભાવુક મનને મંજૂર નહોતું અને ખીચડી કદાચ મારા ભાગ્યમાં નથી. મારા ભાગ્યમાં તો છે ખીચડીનો ઝૂરાપો.

ઓરડાના પંખા ઉપર બેસીને ચીં ચીં કરી રહેલી એક ચકલી પર મારી નજર સ્થિર થઈ હતી.

આ ચકા, ચકીમાં હિંદુ-મુસ્લિમ જેવું કંઈ હોતું હશે ? કે તેની તો એક જ નાત અને એક જ જાત... નર અને નારી. તો માણસમાં એક જ જાત કેમ નહીં ? કોણે ઊભા કર્યા આ વાડાઓ ? કોઈ લેવાદેવા સિવાય એનો ભોગ મારે બનવાનું કેમ આવ્યું ? શા માટે એ મારી ભીતરમાં ઉઝરડા કરતા રહે છે ?

રોજ કોઈ નવો જખમ... ઘા અને ઘસરકા થતા રહે છે. જે બહારથી કોઈ જોઈ શકતું નથી પણ મારા અંતરને કોરી-કોરીને ખોખલું કરતા રહે છે.

હવે હું મોટો થઈ ગયો છું. કૉલેજમાં આવી ગયો છું, પણ મારી ભીતર તો હજુ એ જ શિશુ શ્વસે છે, તરફડે છે. ન સમજાતી અનેક વાતો આજે સમજાય છે, પણ એ સમજ દુઃખ, વેદના, પીડા સિવાય બીજું કશું નથી આપી શકતી.

162 આઇ એમ શ્યૉર

કાશ મમ્મી-પપ્પા સાચા અર્થમાં એક થઈ શક્યાં હોત !

ક્યારેક મમ્મી-પપ્પા બંનેને ઝકઝોરી નાખવાનું મન થઈ આવે છે. તેમને હચમચાવીને પૂછવાનું મન થઈ આવે છે.

તમે બંને તમારો ધર્મ છોડી નહોતાં શકવાનાં, પોતપોતાના ધર્મ પ્રત્યે જો આટલી મમત હતી તો શા માટે જીવનભરનાં સાથી બન્યાં ? શા માટે મને જન્મ આપ્યો ? શા માટે મને ફક્ત મુસ્લિમ કે ફક્ત હિંદુ ન બનવા દીધો ? તમારો ધર્મ મારી ઉપર શા માટે થોપતાં રહ્યાં ?

શા માટે મને તમારા બંને વચ્ચે ત્રિશંકુની માફક લટકતો રાખ્યો ? જે પ્રશ્નોના જવાબ તમે નહોતાં આપી શકવાનાં તે પ્રશ્નો મારા મનમાં શા માટે જગાવ્યા ? રામ કે રહીમ એ સમાધાન તમે જિંદગી આખી ન કરી શક્યાં તેનો ઓથાર મારી પર શા માટે ?

કયા ગુનાની આ સજા મને મળી રહી છે ?

પ્રાણમાં એક અજંપો સતત ઊમટતો રહ્યો. મારો કોઈ અલગ માળો ક્યારેય બની શકશે ખરો ? માળો બનાવવા જતાં ભૂલથીયે કોઈ બીજા રહીમનો જન્મ થાય તો ? અને ફરી એક વાર કોઈ શિશુ -

અંદરથી જાણે કોઈ ચીખી-ચીખીને મને પૂછી રહ્યું છે. કોણ છે તું ? રામ કે રહીમ ?

એ જ સદાના સાથીસંગી અનુત્તર પ્રશ્નો !

તારીખ : 14 નવેમ્બર
વિભાજનની વ્યથા હજુ જીવંત ?
માણસો નહીં પડછાયાઓ લાગે,
પ્રતિબિંબો સાવ અજાણ્યાં લાગે !

તારીખની સાથે વરસો પણ બદલાઈ રહ્યાં છે. નથી બદલાઈ શકતો તો ફક્ત હું અને મારો અજંપો...

નાનપણમાં દાદાને ત્યાં જતો ત્યારે દાદા હંમેશાં ભારત-પાકિસ્તાનના ભાગલા સમયે હિંદુઓ વડે થયેલા અત્યાચારની વ્યથાકથાઓ - પીડાની વાતો અચૂક કરે જ.

એક ઝનૂની હિંદુ ટોળાએ કઈ રીતે તેમની બહેન પર ! કેટલી દારુણ વ્યથામાંથી તેમને પસાર થવાનું આવ્યું હતું કેવી હાલતમાં બધું છોડીને ભાગી છૂટવું પડ્યું હતું તે વાત કરતાં તેમની આંખોમાં ભીનાશ તરવરી રહેતી. આજે પણ તેઓ મનથી ક્યારેય હિંદુઓને માફ નહોતા કરી શક્યા. એ બધી વાતો વારંવાર સાંભળીને મોટા થયેલા પપ્પા સમાનતાની વાતો બહાર જરૂર કરી શકતા હતા. ભણતરે તેમની ક્ષિતિજ થોડી વિસ્તારી હતી. બીજાના ધર્મ વિશે ખરાબ કે સારું કશું બોલતા નહીં, પણ મનથી પોતાનો ધર્મ જ શ્રેષ્ઠ છે એ ક્યારેય ભુલાયું નહીં.

પરંતુ વ્યથાકથાની એ જ ભીનાશ નાનાજીની વાતોમાં પણ ક્યાં નહોતી જોઈ ? કઈ રીતે મુસ્લિમોએ તેમનાં ઘર સળગાવેલાં ! કેટલી યાતનાઓ વેઠીને, બધી મિલકત છોડીને પહેરેલા કપડે ભાગી છૂટવું પડ્યું હતું.

આ બધી વાતો અનેક વાર સાંભળી છે. કોને દોષ આપું ?

બંને પોતપોતાની રીતે સાચા હોવા છતાં બંને ખોટા છે, ક્યાંક ભૂલ કરે છે એમ કહેવાની ઇચ્છા થઈ આવે છે. ત્યારે એ સમયે સંજોગોને લીધે હજારો હિંદુઓ અને મુસ્લિમોએ એકબીજાના અત્યાચારો સહન કર્યા હતા, પરંતુ એ બીજ આજ સુધી જીવંત રાખીને તેને નવી પેઢીને વારસામાં આપતા રહેવાનો કોઈ અર્થ ખરો ?

આમાં મારા જેવી કેટલી નિર્દોષ વ્યક્તિઓ હોમાતી હશે ? તેમનો કોઈ અંદાજ ક્યારેય તેમને આવી શક્તો હશે ખરો ? વિભાજનની વ્યથાનાં મૂળ એટલાં ઊંડાં હશે ? કે પછી એને ફાલવા ફૂલવા માટે

ખાતર-પાણી બરાબર મળતાં રહ્યાં છે એટલે વિસર્યાં વિસરાતાં નથી.

ક્યારેક દાદાજી, નાનાજીને હચમચાવીને કહેવાનું મન થઈ આવે છે. પ્લીઝ, બંધ કરો હવે એ વાતો. ભૂંસી નાખો ઇતિહાસનાં એ લોહિયાળ પાનાંઓને... ક્યારેક કોઈ હિંદુને કોઈ મુસ્લિમે, તો ક્યારેક કોઈ મુસ્લિમને કોઈ હિંદુએ મદદ પણ કરી હશે, બચાવ્યા પણ હશે જ એ વાતો યાદ કરો, એ વાતો બધા પાસે કરતા રહી એનો પ્રચારપ્રસાર કરતા રહો પણ કંઈ જ બોલી શકાતું નથી.

પપ્પા-મમ્મીને એકબીજા માટે પ્રેમ છતાં ધર્મ માટે સમાધાન કરવા કોઈ તૈયાર નથી.

આજે હું. જેને એ બધા સાથે કોઈ સીધી નિસ્બત નથી છતાં એ વ્યથાનાં ફળ ભોગવી રહ્યો છું. બહારથી હસતો રહ્યો છું અને અંદરથી વેરાતો-વિખેરાતો રહ્યો છું.

તારીખ : 30 જાન્યુઆરી

અલવિદા

હું શું છું તે મને યે ક્યાં સમજાય છે,
ને બહુ કઠિન છે અન્યને સમજાવવું !

નોકરીને લીધે માતા-પિતાથી દૂર આવ્યો. સારું કમાતો થયો. માંરાં લગ્ન માટેના મમ્મી-પપ્પાના પ્રયત્નોને અવગણતો રહ્યો. પહેલાં મન શાંત બને એ બહુ જરૂરી હતું. હું હિંદુ છું કે મુસ્લિમ એ નક્કી કરી લઉં પછી બીજો કોઈ નિર્ણય લઈ શકાય ને ? મારી સ્વની શોધ ચાલુ હતી ત્યાં. પચીસ વરસની વયે કેન્સરનું આગમન...

આજ સુધી જે કદી કહી શક્યો નથી એ બધી વાત આજે જીવનના અંતિમ પડાવે લખીને હૈયું ઠાલવી રહ્યો છું. મારા જવાની પીડાની સાથે એક વધારાની પીડા પણ તમને આપી રહ્યો છું. પણ...

આ પળે જે યોગ્ય લાગે છે એ કરું છું. મારી વિદાય તમને એક કરી શકે એવી અપેક્ષા સાથે મારી કોઈ ભૂલ થઈ હોય તો ક્ષમા કરશો. અને હા, મારો એક આખરી પ્રશ્ન -

મમ્મી-પપ્પા ઉપર જઈશ ત્યારે મને ત્યાં કોણ મળશે ? રામ કે રહીમ ? અલ્લાહ કે ઈશ્વર ? તમે બંનેએ મારા માટે પોતપોતાના ભગવાનને પ્રાર્થના કરી જ હશે, પણ મને ડર લાગે છે ક્યાંક એવું તો નહીં બને કે ઈશ્વર વિચારે કે અલ્લાહ જશે ને અલ્લાહ ઈશ્વરનું વિચારે અને તો ઉપર જઈને પણ હું એ બંને વચ્ચે ત્રિશંકુ જ બની રહું એવું તો નહીં થાય ને ? અલવિદા...

રામ-રહીમના જે શ્રીકૃષ્ણ ? સલામ આલેકુમ ?

પતિ-પત્નીની બંધ આંખે આંસુનાં તોરણ ટિંગાઈ રહ્યાં

('જલારામ દીપ' : 2013ની શ્રેષ્ઠ વાર્તા તરીકે પુરસ્કૃત)